பொம்மராயன்

ஜார்ஜ் அந்தோணி சாமி

வம்சி

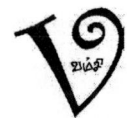

பொம்மராயன்	:	கட்டுரைகள்
ஆசிரியர்	:	ஜார்ஜ் அந்தோணி சாமி
	:	© ஆசிரியருக்கு
முதற்பதிப்பு	:	டிசம்பர் 2021
உள் புகைப்படங்கள்	:	ஜார்ஜ் அந்தோணி சாமி, பால் கிரேகோரி, விநாயக் ராம்,
அட்டை வடிவமைப்பு	:	ப. சூர்யராஜ்
வெளியீடு	:	வம்சி புக்ஸ் 19, டி.எம்.சாரோன், திருவண்ணாமலை - 606 601 9445870995, 04175 - 235806
அச்சாக்கம்	:	மணி ஆப்செட், சென்னை - 600 077
விலை	:	₹ 150/-
ISBN	:	978-93-93725-43-1

Bomarayan	:	Articles about Elephant
Author	:	George Anthony Samy
	:	© Author
First Edition	:	December - 2021
Photos	:	George Anthony Samy, W. Paul Gregory Vinayak ram
Cover Design	:	P. Suriyaraj
Published by	:	Vamsi books 19.D.M.Saron, Tiruvannamalai - 606 601 9445870995, 04175 - 235806
Printed by	:	Mani Offset, Chennai - 600 077
	:	₹ 150/-
ISBN	:	978-93-93725-43-1

www.vamsibooks.com - e-mail: vamsibooks@yahoo.com

அம்மா அப்பா
பால கைலாசம்
பேபி ஷாலினி இமையா
என என்னை எப்போதும் உயிர்ப்போடு வைத்திருக்கும்
எல்லா நண்பர்களுக்கும் பொம்மராயனை சமர்ப்பிக்கிறேன்.

முன்னுரை

ஓர் இரவில், நெல்லியாம்பதி காட்டில், சின்ன தும்பிக்கையை சுழற்றி நூறு நூறு மின்மினிகளுடன் விளையாடிக் கொண்டிருந்த ஒரு குட்டி யானையைக் கண்டேன். இயற்கையின் தீராத பேரழகின் ஒரு பொற்சித்திரம் அந்தக் காட்சி. இன்னொருமுறை மதுக்கரை பகுதியில், ரயிலில் அடிபட்டு தன்டவாளச் சரிவில் இறந்து கிடந்த ஒரு முதிய யானையைப் பார்த்தேன். பழுத்து வரிகளோடிய அதன் ஆதித் தோலில் உறைந்திருந்த ரத்தம் என்னவோ செய்தது.

‘ஒரு முதிய யானையின்

இடுங்கிய கண்களில் ஒளிர்கிறது

இப்பூவுலகின் ஆன்மா’-என்ற ஆப்ரிக்க கவிஞன் Chinua Achebe-யின் வரிகளை நினைத்துக் கொண்டேன். இயற்கையின் மீது மனிதனின் ஆசையும் வன்மமும் நிகழ்த்தும் வன்முறையின், அழிக்க முடியாத துயரச்சித்திரம் போல் கிடந்தது அந்த முதிய யானை. உண்மையில் இந்தப் பூவுலகின் ஆன்மாவை நாம் குத்திக் கிழித்துக் கொண்டிருக்கிறோம்!

நினைவு தெரிந்து நான் பார்த்த முதல் யானை, கும்பகோணம் கோயில் ஒன்றின் வாசலில் நாமம் அடித்து பிச்சையெடுத்துக்

கொண்டிருந்தது. உடம்பு முழுவதும் விபூதி அடித்து இரும்பு கிராதியிட்ட கோயில் மண்டபத்தில் நின்றிருந்த, சர்க்கஸில் சைக்கிள் மிதித்த, சினிமாக்களில் ஹீரோயின்களை காப்பாற்றிய யானைகளைத்தான் சிறுவயது முழுக்க பார்த்தேன். யானை ஒரு காட்டுயிர் என்பதை தெரியவே வெகுநாளாயிற்று. அவை காட்டின் அரசன் என்பதை பின்புதான் அறிந்தேன். காட்டின் பேரரசனை ரோட்டில் பிச்சையெடுக்க வைத்த மனிதன் எவ்வளவு கேவலமான உயிர்... தன் வாழ்நாளில் சாணத்தில் விதையிட்டு, லட்சக்கணக்கான மரங்களை நட்டுவிட்டுப் போகும் ஒரு மகத்தான உயிரை, நாம் எவ்வளவு அலட்சியமாக கேவலமாக நடத்துகிறோம்... நமக்கு மன்னிப்பே கிடையாது என்பதையெல்லாம் பின்பு உணர்ந்தேன்!

ஜார்ஜ் அந்தோணிசாமியின் இந்த புத்தகம் அந்த உணர்வில், இன்னும் பெரும் வெளிச்சத்தைப் பாய்ச்சுகிறது. யானைகள் பற்றிய நமது அறிவையும் உணர்வையும் இன்னும் விசாலமாக்குகிறது. அடிப்படையில் ஜார்ஜ் ஒரு நாடோடி தோழன். லௌகீக விருப்பு வெறுப்புகளை உதறிவிட்டு, ஒரு காட்டுப்பூவைப் போல மலர்ந்து நிற்பதையே விரும்பும் அன்பன். அதனாலேயே அவனது பயணங்கள் காட்டை நோக்கியும் உயிர்களை நோக்கியுமே இருக்கிறது. யானைகளை நேசித்துக் கொண்டாடும் இந்தப் பயணத்தில் நம்மை சக பயணியாக்கிக் கொள்கிறான். அற்புதமான கதை சொல்லியைப் போல, உண்மைகளைச் சொல்கிறான். விதவிதமான யானைகளும் அவற்றின் வாழ்க்கையும் வலிகளும் ஆச்சர்யங்களுமாய் விரியும் இந்தச் சிறிய புத்தகம், பேரனுபத்தைத் தருகிறது. யானைகளுக்கும் மனிதனுக்குமான உறவை, உண்மைகளைப் பேசுகிறது. ஜார்ஜுக்கு எனது நன்றியின் முத்தங்கள். 'பொம்மராயன்'என்பது பழங்குடிகளின் குலசாமிகளில் ஒன்று. யானையை அவர்கள் அந்தப் பெயரிட்டு அழைக்கிறார்கள். அவர்களுக்கு மட்டுமல்ல, இயற்கையை அன்டி வாழும் மனித குலம்

யாவர்க்கும் யானை குலசாமிதான். அதற்கான ஒரு படையலைப் போல இந்தப் புத்தகம் இருக்கிறது. இதை இத்தனை அக்கறையோடு வெளியிடும் ‘வம்சி’ ஷைலஜா அக்காவுக்கு எப்போதும் ப்ரியங்கள்.

நிச்சயம் வாசித்துவிடுங்கள் தோழர்களே... எனில், காட்டுயிரை அறிந்து கொள்வது என்பது காட்டை அறிந்து கொள்வது, காட்டை அறிந்து கொள்வது என்பது இயற்கையை அறிந்து கொள்வது, இயற்கையை அறிந்து கொள்வது என்பது நம்மை நாமே அறிந்து கொள்வது!

ராஜுமுருகன்
திரை இயக்குனர்.

என்னுரை

1990 களில் வார பத்திரிக்கைகள், காமிக்ஸ் என்று வாரம் தவறாமல் எல்லா புத்தகங்களையும் அப்பா வாங்கி வருவார். அப்படித்தான் வாசிப்புக்குள் வந்து சேர்ந்தேன். படிப்பது, ஏதாவது எழுதுவதென இருந்த காலகட்டம். ஒன்பதாவது படிக்கும் போது எழுதிய ஒரு காதல் கவிதையை படித்துவிட்டு அப்பா அடிப்பார் என பயந்து ராக்கம்மா பாட்டியின் பின்னால் ஒளிந்து கொண்ட நிமிடத்தை இப்போது நினைத்து பார்க்கிறேன். உனக்குள்ள இப்படி ஒரு திறமை இருக்கா என தோளில் கைபோட்டு அழைத்து சென்ற அப்பாவிடம் இருந்தே என் எழுத்து பயணம் தொடங்கியது.

விகடனில் வெளியான வட்டியும் முதலும் தொடர்தான் என்னை சென்னையில் கொண்டு வந்து நிறுத்தியது. சென்னை கிளம்புகிறேன் என்றதும் 1500 ரூபாய் கொடுத்து அதில் முன்னூறு ரூபாய் மீதி இருக்கும் போது திரும்பி ஊருக்கு வந்திடுடா என சொல்லி வழி அனுப்பிய அம்மாவை சமாதானம் செய்த நொடி இன்னும் எனக்குள் அப்படியே பத்திரமாய் இருக்கிறது. அறிமுகம் இல்லாத சென்னையின் சாலைகளில் நான் சந்தித்த எல்லோருமே எனக்கு பூ கொடுத்து கை தூக்கி விட்டவர்கள்தான்.

வாய்ப்புகள் தேடி அலைந்த ஒரு நாளில் காலம் என்னை புதியதலைமுறையில் இருந்த பால கைலாசம் சாரிடம் கொண்டு போய் நிறுத்தியது. என்னை பற்றி எல்லாம் விசாரித்துவிட்டு போ போய் நான் சொல்கிற வேலையை பார் என அரவணைத்துக் கொண்டார். மீடியா குறித்து எதுவுமே தெரியாமல் வந்த எனக்கு கேமரா கொடுத்து அதைப் பயிற்றுவித்த ஆசான் பால கைலாசம் சார். வாழ்க்கையின் மீது பெரிய பிடிப்பை உருவாக்கியவர் அவர்தான் அவர் மட்டும்தான்.

விகடன் படித்து வளர்ந்த காலங்களில் விகடனில் ஒரு நாள் பணியில் சேர்வேன் என நான் நினைத்துப் பார்த்ததே இல்லை. ஆனால் எனக்கு நடந்து விட்டது. யானைகள் குறித்த தேடலும், பயணமும் எனக்கு விகடனில் இருந்தே தொடங்கியது. எழுத்தாளர் ஜெயமோகன் எழுதிய யானை டாக்டர் நூல் தான் அதற்கு காரணமாக இருந்தது. யானை டாக்டர் படித்த அடுத்த நாளே விகடனில் கார்க்கி பவா அண்ணனிடம் நான் யானைகள் குறித்து எழுதலாம்னு இருக்கேன், முதுமலை போகணும் என்றேன். எல்லா சுதந்திரத்தையும் கொடுத்து நான் யானை பக்கமே ஒதுங்க காரணமாய் இருந்தது அவர்தான். நான் முதுமலைக்குச் செல்ல காரணம் அதன் நிலப்பரப்பு. என் சொந்த ஊர் நீலகிரி மாவட்டம் என்பது கூடுதல் காரணமாக இருந்தது.

முதுமலையில் யாரை பார்க்கப் போகிறோம், யாரிடம் அறிமுகமாவது என்கிற எந்த முன்னேற்பாடும் இல்லாமல் ஒரு நாள் காலை ஏழு மணிக்கு போய் நின்றிருந்தேன். உன்னை சுற்றி நடக்கிற நிகழ்வுகளை உள்வாங்கு, அதுவே ஒரு கதையை உருவாக்கி கொடுக்கும் என அடிக்கடி பால கைலாசம் சார் சொல்லுவார். ஆற்றின் இரண்டு பக்கமும் யானைகளை குளிப்பாட்டி கொண்டிருந்தார்கள். யானையின் மாவூத் யானையிடம் ஏதோ சொல்ல ஆறு டன் எடை இருக்கும் யானை ஆற்றில் இருந்து எழுந்து இன்னொரு பக்கம் திரும்பி

மீண்டும் ஆற்றில் படுத்துக்கொண்டது. மாவூத், யானை முதுகின் மீது ஏறி நன்கு தேய்த்து குளிப்பாட்டிக் கொண்டிருந்தார். தண்ணீருக்குள் தன்னுடைய முழு தும்பிக்கையையும் நுழைத்து யானை அதன் நுனிப் பகுதியை மட்டும் வெளியே தெரியும்படி படுத்திருந்தது. அதன் கழுத்தில் சங்கிலி ஒன்று கட்டப்பட்டிருந்தது. அதற்கு நேராக ஆற்றின் மற்றொரு கரையில் இன்னொரு யானை கட்டப்பட்டிருந்தது. அதன் முன் இரு கால்களும் சங்கிலியால் கட்டிவைக்கப்பட்டிருந்தது. அந்த யானை மண்ணை அள்ளி தலையில் போட்டு கொண்டே இருந்தது. மூன்றாவதாக ஒரு யானை குளித்து முடித்துவிட்டு முகாமிற்குத் திரும்பி கொண்டிருந்தது. அதன் காலிலும் ஒரு சங்கிலி கட்டப்பட்டிருந்தது. சங்கிலியின் மொத்த எடை மட்டும் எப்படியும் முப்பது கிலோவுக்கு மேலே இருக்கும். மூன்று யானைகளுக்கும் இருந்த ஒரே ஒற்றுமை சங்கிலி மட்டும்தான். கும்கிகள் பற்றிய கதை உருவாக முதல் காரணமும் அந்த சங்கிலிதான். சங்கிலி குறித்து ஒரு மாவூத்திடம் கேட்ட போது 'எவ்வளவுதான் கட்டுப்பாடாக இருந்தாலும் எல்லாவற்றிற்கும் ஒரு கடிவாளம் தேவைப்படுது சார்' என்றார். சங்கிலியில் ஆரம்பித்த கதைதான் இன்று பொம்மராயனாக வந்து நிற்கிறது.

இயற்கை எப்போதும் மனிதன், பறவை, விலங்கு, பூச்சி என பாகுபாடெல்லாம் பார்ப்பதே இல்லை. மனிதனுக்கு வைக்கிற அதே சோதனையைதான் பறவைக்கும் வைக்கிறது என்பதுதான் இயற்கை செய்கிற மிக பெரிய துயரமே.

விலங்குகள் குறித்த எத்தனையோ சர்வைவல் கதைகள், ஆவணப்படங்கள் பார்த்திருக்கிறேன். ஒவ்வொன்றும் ஒவ்வொரு விதத்தில் ஆச்சரியமாகவும், அதிர்ச்சியாகவும் இருக்கும். அதில் சில கதைகள் உணர்வுகளாக உருமாறி மனதில் தேங்கும். சில கதைகள் தகவல்களாக உருமாறி மூளையில் தங்கும். கும்கி யானைகளுக்கும்

அதன் மாவூத்துகளுக்கும் இடையேயான உணர்வுகளின் போராட்டம் அவை இரண்டுமாகவே இருக்கும். அப்படி நான் பார்த்து வியந்த, கொண்டாடிய, அழுத கும்கி யானைகளின் கதைதான் பொம்மராயன். இந்த புத்தகம் வருவதற்கு ஒரே காரணம் அப்போது முன் பின் பார்த்திராத அறிமுகம் இல்லாத அந்த நாகப்பட்டின வாசகர் நடராஜ்தான். அவர்தான் வம்சி பதிப்பகத்திற்கு என்னை கொண்டு சேர்த்தவர். 'எவ்வளவு தகவல்களை கதையோடு வச்சிருக்கிங்க நாம புத்தகமாக கொண்டு வருவோம்' என கைப்பிடித்து அழைத்து வந்த எழுத்தாளர் ஷைலஜா மேடத்திற்கும் வம்சி பதிப்பகத்திற்கும் என்னுடைய நன்றிகள்...

ஜார்ஜ் அந்தோணி சாமி
searchinggeorge@gmail.com
9655177600

1. மக்னா 13
2. 12 குண்டுகள் துளைத்த மக்னா யானை 18
3. காட்டு யானையை கும்கி நேருக்கு நேர்
   சந்தித்தபோது ...! 25
4. மாவூத்தின் குச்சிக்கு அடிபணியும்போது,
   கும்கியாகிறது ஒரு கொம்பன்..! 31
5. கரும்பிற்கு அடிமையாகும் யானை கும்கியாகிறது 37
6. யானைக்கு எப்போது மதம் பிடிக்கும் 43
7. விஜய்யுடன் மோதிய முதுமலை கும்கி 47
8. காட்டு யானைக்கும் முதுமலைக்கும் நடந்த
   சேஸிங் 53
9. பொம்மராயனுக்கு காணிக்கை செலுத்திய
   மாவூத்..! 58
10. பொம்மன் திண் சுள்ளி கொம்பன் 65

11. 2 கும்கி... ஒரு ஜேசிபி... அடங்காத சுள்ளிக்
    கொம்பன்..! 74
12. நினைவில் முகாமுள்ள குழந்தை மசினி 83
13. இரண்டு கண்களும் தெரியாத கும்கியும்
    அதன் மாவூத்தும் 92
14. ஒற்றை தந்தம் சுஜய்யின் கதை 99
15. முகாமிலிருந்து காணாமல் போன 'சூவசீம்'! 112
16. "யானை இல்லாம ஒரு கனவுகூட கண்டதில்ல!"
    - சுயம்பு யானையும் அதன் மாவூத்தும் - 118
17. யானை மருத்துவரின் டைரிக்குறிப்புகள்! 124
18. சிகிச்சை அளித்தவரைத் தாக்காமல் திரும்பிய
    காட்டு யானை..! 130
19. பன்றிக்காய். இந்திய யானைகளின் இறுதி 136

மக்னா

இயற்கை தன்னை சார்ந்து வாழ்கிற ஒவ்வொரு உயிரினத்திற்கும் ஒரு எல்லையை வகுத்து வைத்திருக்கிறது. அதில் எந்த அளவிற்கு துயரத்தை கொடுக்கிறதோ, அதே அளவிற்கு இரக்கத்தையும் காட்டும். இயற்கை வசந்தங்களை உருவாக்கும், துரோகிகளை அறிமுகம் செய்து வைக்கும், காயங்களைக் கொடுக்கும், நினைத்துப் பார்க்க முடியாத சுவாரஸ்யங்களை பரிசளிக்கும். விரும்பினாலும் விரும்பாவிட்டாலும் அனைத்தையும் ஒவ்வொரு உயிரினமும் கடந்து வந்தாக வேண்டும். காலம் இங்கே யாருடைய வாழ்க்கையையும் மாற்றுவதில்லை, ஆனால் சூழ்நிலைகள் மாற்றிவிடுகின்றன. இயற்கை, காலம், சூழ்நிலை என எல்லாமே தனக்கு எதிராக இருந்த ஒரு மக்னா யானையின் கதை இது.

மரபணு குறைபாட்டால் தந்தம் வளராத தன்மையோடு பிறக்கும் ஆசிய ஆண் யானைகள் மக்னா யானை எனப்படுகின்றன. இவற்றை ஆண் யானைகள் தங்கள் கூட்டத்தில் சேர்ப்பதில்லை. தந்தமற்ற மக்னா யானைகள் பிற பெண் மற்றும் ஆண் யானைகளின் கூட்டங்களிலிருந்து விலக்கி வைக்கப்படுவதால், இவைகள் தனியாக வாழ்கின்றன. பல சமயங்களில் எதிர்ப்படும் மனிதர்களையும் மற்ற உயிரினங்களையும் தாக்கும் குணம் கொண்டவை. இயற்கையில்

இவை பலம் கொண்ட யானைகள். அப்படியான யானையை அவ்வளவு எளிதில் பிடிக்கவும் முடியாது; பழக்கவும் முடியாது.

1997 - 98-ம் ஆண்டுகளில் கேரளாவைப் பதட்டத்தில் வைத்திருந்த ஒரு யானை மக்னா. கண்ணில் தென்பட்ட மனிதர்களிலிருந்து பொருட்கள் வரை அனைத்தையும் அடித்து நொறுக்கி அட்டூழியம் செய்து வந்தது. கேரளாவில் மட்டும் 15 மனிதர்களுக்கு மேலாக மக்னா யானையால் கொல்லப்பட்டனர். போகிற வழியெல்லாம் மக்னா கிடைத்ததை நாசப்படுத்தியிருந்தது. பல நேரங்களில் குண்டடி பட்டுத் தப்பித்திருக்கிறது. கேரளாவில் சுமார் 15 குண்டுகள் வரை மக்னா யானையைப் பதம்பார்த்திருக்கிறது. துப்பாக்கி குண்டுகளை சர்வசாதாரணமாகக் கடந்து சென்றது. ஆனாலும் மக்னாவை பிடிக்க முடியவில்லை. மக்னா யானையின் அச்சுறுத்தலுக்குப் பயந்த கேரளா அரசு மக்னா யானையை சுட்டுக் கொல்லும்படி உத்தரவு பிறப்பித்தது. கேரளா வனத்துறையினர் மக்னா யானையை கேரளா வனப்பகுதிக்குள் வலைவீசித் தேடிக் கொண்டிருந்தனர். ஆனால் யானை எங்கிருக்கிறது என்கிற எந்தத் தகவலுமில்லை.

1998-ம் வருடம் கூடலூர் சுற்றுப் பகுதிகளான மண்வயல், பாட்டவயல் பகுதிகளில் யானை தாக்கி மனிதர்கள் இறப்பது தொடர்ந்து நடைபெற்றது. தமிழக வனத்துறையின் மீது கூடலூர் மக்கள் பெரும் கோபத்தில் இருந்தார்கள். தீவிர விசாரணையில் மக்களைத் தாக்குவது மக்னா யானை எனக் கண்டறிகிறார்கள். கேரள மக்னா யானை தமிழக வனப்பகுதிக்குள் நுழைந்தது தெரியவந்தது.

கூடலூர் சுற்றுப் பகுதிகளில் சுமார் ஐந்து பேரை மக்னா யானை அடித்துக் கொன்றது. ஐந்து பேர் கொல்லப்படும் வரை மக்னா யானையைப் பிடிப்பதற்கான எந்த ஆணையும் தமிழக அரசு சார்பாக பிறப்பிக்கவில்லை. அப்போது முதுமலை வன உயிரின சரணாலயமாக

இருந்தது. அப்போதிருந்த வன அதிகாரிகள் முதுமலையில் இருந்த சிறந்த கும்கி யானைகளான முதுமலை மற்றும் சுப்பிரமணி ஆகிய இரண்டு யானைகளையும் மண்வயல் வனப்பகுதிக்கு கொண்டு வருகிறார்கள். சுப்பிரமணி யானையின் மாவூத் (பாகன்) கிருமாறன். முதுமலை யானையின் மாவூத் மாறன். இரண்டு கும்கி யானைகளும் மண்வயல் பகுதியில் கொண்டு வந்து நிறுத்தப்படுகிறது. ஆனால் கும்கி யானைகள் வனப்பகுதிக்குள் செல்லவில்லை. அடுத்த இரு தினங்களில் ஒரு மாணவனை மக்னா யானை தாக்கி கொன்று விடுகிறது. அதில் கோபமடைந்த பொது மக்கள் கூடலூர் வன அதிகாரி உலகநாதன் என்பவரை சிறைப்பிடிக்கிறார்கள். கும்கி யானைகளைப் பயன்படுத்தி உடனடியாக மக்னா யானையைப் பிடிக்க வேண்டுமென வேண்டுகோள் வைக்கிறார்கள். உயிருடன் பிடிக்க வேண்டுமென வனத்துறை முயற்சி மேற்கொள்கிறது.

முதுமலை மற்றும் சுப்பிரமணி இரண்டு கும்கி யானைகளும் மக்னாவைத் தேடி காடுகளுக்குள் செல்கின்றன. பலகட்ட போராட்டங்களுக்குப் பிறகு மக்னா இருக்கிற இடத்தை தமிழக வனத்துறை கண்டறிந்தது. தொடர்ச்சியாக மக்னா யானையின் செயல்பாடுகளை இரண்டு மாவூத்துகளும் கண்காணிக்கிறார்கள். உடன் மருத்துவக்குழுவும் வனத்துறை அதிகாரிகளும் இருக்கிறார்கள். நினைத்தவுடன் மக்னாவை பிடித்துவிட முடியாது. குண்டடி பட்டிருப்பதால் மக்னா யானை மூர்க்கமாக இருந்தது. இறுதியில் மண்வயல் பக்கத்தில் மயக்க ஊசியைத் துப்பாக்கி மூலம் செலுத்துகிறார்கள். யானை மிரண்டு பக்கத்திலிருந்த தேயிலை தோட்டத்திற்குள் நுழைகிறது. ஒரு கட்டத்தில் மக்னா மயக்கமடைந்து கீழே விழுகிறது. யானையின் உடலில் பல்வேறு இடங்களில் அபாயகரமான காயங்கள் இருந்தன. காயங்கள் சீழ் வைத்து கொஞ்சம் கொஞ்சமாக அதன் உருவத்தை உருக்குலைத்து வைத்திருந்தது.

மேலும் அதன் தும்பிக்கையில் கத்தியால் வெட்டப்பட்ட காயம் இருந்தது. விசாரணையில் மக்னா தாக்குதலிலிருந்து தப்பிக்க விவசாயி ஒருவர் அதன் தும்பிக்கையில் வெட்டிய தகவல் கிடைக்கிறது. எல்லா காயங்களும் சீழ் பிடித்து வடிந்து கொண்டிருந்தது. உண்மையில் சுட்டுக் கொல்ல உத்தரவிடப்பட்ட யானை தப்பித்ததற்கு அதன் உடல்நிலையும் ஒரு காரணமாக இருந்தது. யானையின் உடல்நிலையை பார்க்கிற யானை டாக்டர் அந்த இடத்திலேயே மக்னாவிற்கு சிகிச்சையளிக்கிறார். சில மணி நேரங்கள் கழித்து மக்னாவின் கால்களை இரும்புச் சங்கிலியால் கட்டுகிறார்கள். அப்போதெல்லாம் யானைகள் பயணிக்கும்படியான லாரிகள் இல்லையென்பதால் மயக்கம் தெளிந்து எழுந்த யானையை, முன் பின் கும்கி யானைகளின் உதவியுடன் மண்வயல் பகுதியிலிருந்து முதுமலை தெப்பக்காடு யானைகள் முகாமிற்கு நடக்க வைத்தே கொண்டு வருகிறார்கள்.

முதுமலை யானை முகாமிற்குக் கொண்டு வருகிற மக்னா யானையை கரோலில் அடைக்கிறார்கள். கரோல் என்பது நூறு தேக்கு மரங்களால் செய்யப்பட்ட யானைக் கூண்டு. அதன் கால்கள் மற்றும் உடல்களில் காயங்கள் இருந்ததால் மக்னா யானைக்கு முழு மருத்துவ சிகிச்சை அளிக்கப்படுகிறது. கிட்டத்தட்ட 20 பேரைக்கொன்ற யானையைக் கும்கியாக மாற்றுவது என முடிவாகிறது. ஆக்ரோஷமான மக்னா யானையை அவ்வளவு எளிதில் கும்கியாக மாற்றிவிட முடியாது என்பதை மாவூத்களும், மருத்துவர்களும் வன அதிகாரிகளும் நன்கு அறிந்திருந்தார்கள். பின் எப்படி மக்னா 'மூர்த்தி'யானது? யார் அந்த மூர்த்தி?

12 குண்டுகள் துளைத்த மக்னா யானை

மயக்க ஊசியின் மூலம் பிடிக்கப்பட்ட மக்னா கும்கிகள் உதவியுடன் முதுமலையிலுள்ள கரோலில் அடைக்கப்படுகிறது. இருபதுக்கும் மேலான குண்டுகள் யானையின் உடலைத் துளைத்திருந்தன; உடலெங்கும் காயங்கள். குண்டுபட்ட இடங்களில் சீழ் வடிகிறது. வலியும் வேதனையுமே மக்னாவை ஆக்ரோஷமாக மாற்றியிருக்கிறது. மேலும் கும்கி யானைகளின் தாக்குதல்களும், சங்கிலியால் கட்டி இழுத்து வந்ததாலும் மக்னாவின் உடலில் காயங்கள் அதிகமாயிருந்தது. அத்தனை காயங்களையும் குணப்படுத்தினால் மட்டுமே மக்னாவால் நடக்கவே முடியும். அவ்வளவு எளிதில் மக்னாவை குணப்படுத்திவிட முடியாது. ஆறு மாதங்களுக்கு கட்டாயச் சிகிச்சை அளித்தாக வேண்டும். மக்னாவை குணப்படுத்தும் பொறுப்பை, வனத்துறை வன கால்நடை அலுவலர் அசோகன் வசம் ஒப்படைக்கிறது. கரோலில் மக்னா இருந்த முதல் 15 நாட்களும் மருத்துவர் அசோகனும் அவரது உதவியாளர்களும் மக்னாவின் பார்வையில் படும்படி இருக்கிறார்கள். அறிமுகம் இருந்தால் மட்டுமே எந்த யானையாக இருந்தாலும் தொட அனுமதிக்கும்; சிகிச்சைக்கும் ஒத்துழைக்கும்.

பதினைந்து நாட்களுக்குப் பிறகு மக்னாவிற்கு சிகிச்சை ஆரம்பிக்கிறது. சிகிச்சைக்கு மக்னா தனது முழு ஒத்துழைப்பையும் கொடுக்கிறது. சதையைத் துளைத்து உள்நுழைந்த ஒவ்வொரு குண்டும் மக்னாவின் உடலை நாசமாக்கியிருந்தது. உடலிலிருந்த ஒவ்வொரு குண்டுகளும் ஏர்கன் மூலமாகச் செலுத்தப்பட்டவை. யானையைச் சுடுவதற்கு பால்ரஸ் குண்டுகளை பயன்படுத்தியிருந்தார்கள். காயங்களைக் குணப்படுத்தும் பொழுது அதன் உடலிலிருந்து எட்டிலிருந்து பத்து லிட்டர் அளவிற்குச் சீழ் வெளியேறியது. 12 குண்டுகள் வரை மக்னாவின் உடலிலிருந்து எடுக்கப்படுகிறது. குண்டு பாய்ந்த இடங்களெல்லாம் குழியாக இருக்கிறது. காயம்பட்ட இடத்திற்கு ஆன்டி பயாடிக் மருந்து, மற்றும் இன்ன பிற மருந்துகளும் செலுத்தப்படுகின்றன. மக்னாவிற்கு மாவூத்தாக சின்னியா என்பவர் நியமிக்கப்படுகிறார்.

யானைக்கு ஆரம்பகட்ட பயிற்சி கொடுக்கப்படுகிறது. யானையின் மருத்துவச் செலவுகள் மட்டும் நாளொன்றுக்குப் பல ஆயிரங்களைத் தாண்டுகிறது. மக்னாவை குணப்படுத்த நாளொன்றுக்குக் கிலோ கணக்கில் மருந்து தேவைப்படுகிறது. மக்னாவின் மருத்துவ செலவுகள் வனத்துறையால் சமாளிக்க முடியாமல் போக தொண்டு நிறுவனம் ஒன்று மக்னாவின் மருத்துவ செலவுகளை ஏற்றுக்கொள்ள முன் வருகிறது. மருத்துவர் அசோகன் தொடர்ந்து சிகிச்சையைத் தொடர்கிறார். ஆறு மாதங்கள் சிகிச்சை தொடர்ந்தால் மட்டுமே மக்னா முழுமையாகக் குணமடையுமென்று மருத்துவக் குழு வனத்துறைக்கு பரிந்துரைக்கிறது. ஒரு பக்கம் மக்னாவிற்கு சிகிச்சை நடந்து கொண்டிருக்க மருத்துவ செலவுகளை ஏற்றுக்கொண்ட தொண்டு நிறுவனம் வனத்துறைக்கு தெரியாமல் வேறு ஒரு வகையில் தனது சதுரங்க வேட்டையைத் தொடங்குகிறது.

இதற்கிடையில் மக்னாவிற்கு 'மூர்த்தி'யெனப் என பெயர் வைக்கப்படுகிறது. மூர்த்தி யார் என்பதைத் தெரிந்துகொண்டால் மட்டுமே யானைகள் பற்றிய இத்தொடரில் முழுமையாகப் பயணிக்க முடியும். 1953-ம் வருடம். வனத்திற்குள் செல்ல வாகனங்கள், பாதைகள் எதுவும் இல்லாத காலகட்டம். அடர்ந்த காடுகளுக்குள் நடந்து செல்வது என்பது கடினமான காரியம். அதுவும் அடர்வனத்திற்குள் சென்று இறந்த யானைகளுக்குப் பிரேத பரிசோதனை செய்து திரும்பி வருவதெல்லாம் கரணம் தப்பினால் மரணம் வகையில் வருகிற வேலை. 1953-56 ஆகிய மூன்று ஆண்டுகளில் மட்டும் 18 யானைகளுக்குப் பிரேத பரிசோதனை செய்திருக்கிறார். அதில் 12 யானைகள் தந்தத்திற்காக வேட்டைக் காரர்களால் கொல்லப்பட்டவை. நினைத்துப் பார்க்க முடியாத அந்தப் பணியை இன்முகத்துடன் செய்தவர் அவர். இந்தியாவின் முதல் 'யானை டாக்டர்'. இந்தியாவின் முதல் யானை பிரேதப் பரிசோதனை செய்த மருத்துவர். தமிழ்நாடு, கேரளா, கர்நாடகா எனத் தென்னிந்திய காடுகளுக்குள் அலைந்து திரிந்தவர். கடைசியாக முதுமலையில் பணிபுரிந்தவர். யானைகளின் நூறாண்டு வரலாற்றை விரல் நுனியில் வைத்திருந்தவர். யானைகளின் உளவியலை அணு அணுவாய் ஆராய்ந்தவர். யானைக்கு எது தேவை என்பதைப் பார்த்ததும் கணித்துவிடுகிறவர். அவர் வி. கிருஷ்ணமூர்த்தி. சுருக்கமாக மிஸ்டர் கே. அவரது பெயரையே மக்னாவிற்கு வைக்கிறார்கள். அப்போதிலிருந்து மக்னா மூர்த்தியாக மாறுகிறது!

இந்நிலையில், யானையின் சிகிச்சையை தனக்குச் சாதகமாக பயன்படுத்த அந்த தொண்டு நிறுவனம் முடிவு செய்கிறது. அதற்கென தனி ப்ளான் ஒன்றை வடிவமைக்கிறது. அதன்படி கரோலில் மூர்த்திக்கு சிகிச்சையளிக்கும் காட்சிகளை யாருக்கும் தெரியாமல் தொண்டு நிறுவனம் புகைப்படங்களாவும், வீடியோக்களாவும் பதிவுசெய்து

கொள்கிறது. மூர்த்தியின் மருத்துவ சிகிச்சைக்கு பின்னால் நடக்கிற அரசியல் பற்றி மருத்துவருக்கும் வனத்துறைக்கும் அப்பொழுது தெரியாமல் இருக்கிறது. பதிவு செய்த மொத்த புகைப்படங்களையும் வீடியோக்களையும் தொண்டு நிறுவனம் அதனுடைய இணையதளத்தில் பதிவேற்றி அதன் மூலம் யானையின் சிகிச்சைக்கு உலகமெங்கும் உதவி கோருகிறது. மூர்த்தியின் புகைப்படங்கள் ஒவ்வொன்றும் பார்ப்போரை பதற வைக்குமளவிற்கு இருக்கிறது. யானையின் நிலையறிந்த விலங்குநல ஆர்வலர்கள் தொண்டு நிறுவனத்திற்கு பணத்தை அள்ளிக் கொடுக்கின்றனர். அப்படிச் சேர்ந்த தொகை மட்டும் 70 லட்சங்கள். இந்தத் தகவல் வனத்துறைக்குத் தெரிய வரும்போது ஒட்டு மொத்த முதுமலை உயிரியல் சரணாலயமும் அதிர்ந்து போகிறது.

தொண்டு நிறுவனத்தின் நோக்கம் தெரிந்த முதுமலை சரணாலய அதிகாரிகள் தொண்டு நிறுவன உதவியை நிராகரிக்கிறார்கள். தொடர்ந்து மூர்த்திக்கு சிகிச்சையளிக்கும் பொறுப்பை சரணாலயம் ஏற்றுக்கொள்கிறது. ஆறு மாத சிகிச்சைக்குப் பின் யானையின் உடல்நிலை கொஞ்சம் கொஞ்சமாகத் தேறி வருகிறது. ஒரு கட்டத்தில் யானையின் எடையறிய முதுமலைக்குப் பக்கத்திலிருக்கிற தொரப்பள்ளியிலிருக்கும் எடை பார்க்கும் மையத்திற்கு நடக்க வைத்து அழைத்துச் செல்கிறார்கள். மாவூத்தின் குச்சியைத் தும்பிக்கையில் பிடித்துக் கொள்கிற மூர்த்தி சமத்தாக எடை மேடைக்குச் செல்கிறது. பிடிக்கும் பொழுது 6 டன்னாக இருந்த மூர்த்தி மருத்துவம், டயட் எனச் சிகிச்சைக்குப் பிறகு 4.5 டன் இருக்கிறது. மீண்டும் முகாமிற்குத் திரும்பும் பொழுது மூர்த்தியைக் காட்டிற்குள் சிறிது தூரம் அழைத்துச் செல்லலாம் என மருத்துவர் அசோகன் முடிவு செய்கிறார். மருத்துவரும் உதவியாளரும் முன் செல்ல மாவூத் மூர்த்தியை அழைத்துக் கொண்டு பின்செல்கிறார். காட்டிற்குள் நுழைந்த பத்தாவது நிமிடம் மூர்த்தி குச்சியை வீசிவிட்டு காட்டிற்குள் ஓட ஆரம்பிக்கிறது.

இதைச் சற்றும் எதிர்பார்க்காத மாவூத் 'டாக்டர் ஓரமாப் போங்க, யானை ஓடி வருகிறது ' எனக் கத்துகிறார். மூர்த்தி ஓடி வருவதைப் பார்க்கிற டாக்டரும் உதவியாளரும் பயந்து ஒரு மரத்திற்குப் பின்னால் மறைந்து கொள்கிறார்கள். ஓடுகிற மூர்த்தியை ஒட்டு மொத்த குழுவும் பின் தொடர்கிறது. ஓடிப்போகிற மூர்த்தி அங்கிருக்கிற ஆற்றில் சிறு குழந்தையைப் போல விழுந்து புரள்கிறது. ஆறு மாதங்களுக்கு மேல் கரோலிலிருந்த யானை காட்டையும், ஆற்றையும் பார்த்ததும் குதூகலிக்க ஆரம்பித்தது. மருத்துவர் அசோகன் நெகிழ்ந்து போகிறார். ஒரு மணி நேரத்திற்கு மேல் மூர்த்தியைக் குளிக்க வைத்து மீண்டும் முகாமிற்கு அழைத்து வருகிறார்கள். மருத்துவர் மற்றும் சின்னியா மாவூத்தையும் மூர்த்தி முழுதாக நம்ப ஆரம்பிக்கிறது.

முதுமலை வன அலுவலராக இருந்த உதயன் பணி மாறுதல் பெறுகிறார். பிறகு வன அலுவலராக வருகிறவர்களுக்கும் வன ஊழியர்களுக்கும் நடக்கிற ஈகோ பிரச்சனையில் மூர்த்தி பல்வேறு சிக்கல்களை எதிர்கொள்கிறது. நடக்கிற பிரச்சனையில் மருத்துவர் அசோகனை வனத்துறை சிவகங்கைக்கு இட மாற்றம் செய்கிறது அரசு . 2002-ம் ஆண்டுக்குப் பிறகு முதுமலைக்கு கலைவாணன் என்கிற மருத்துவர் பணியமர்த்தப்படுகிறார். ஆண்டுகள் பல கடந்தது. மூர்த்தியின் மாவூத் சின்னியா உடல் நலக்குறைவால் ஓய்வு பெறுகிறார். அவருக்குப் பிறகு பழனிசாமி என்பவர் மாவூத்தாக நியமிக்கப் படுகிறார். ஆனாலும் மூர்த்தியை முழுதாக பழக்கமுடியவில்லை. பல மாவூத்கள் மூர்த்திக்குப் பயிற்சியளிக்கிறார்கள். ஆனாலும் மூர்த்திக்கு முழுப் பயிற்சியும் கொடுக்க முடியவில்லை. மூர்த்தி யாருக்கும் முழுமையாகக் கட்டுப்படவுமில்லை. அப்போது முதுமலையில் சிறந்த மாவூத்தாக இருந்தவர் கிருமாறன். எந்த யானையாக இருந்தாலும் கிருமாறன் அவற்றைப் பழக்கி கும்கியாக்கி விடுவார் என்கிற நம்பிக்கை முதுமலை முழுமைக்கும் இருக்கிறது. காட்டு யானையை

பிடிப்பதாக இருந்தாலும் முதல் சாய்ஸ் கிருமாறன்தான். தமிழ்நாடு, கேரளா என வனத்துறை அதிகாரிகள் கூட கிருமாறனுக்கு ரசிகர்களாக இருக்கிறார்கள். முதுமலையில் டாக்டர்களாக இருந்தவர்கள் கூட கிருமாறன் இருந்தால் எந்தக் காட்டு யானையையும் பிடித்து விடலாமென சான்றிதழ் கொடுத்திருந்தார்கள். மூர்த்தியை கிருமாறன் கட்டுப்பாட்டில் விடுவதென முடிவு செய்கிறார்கள். அந்த முடிவு நினைத்துப் பார்க்க முடியாத சம்பவம் ஒன்றிற்கு வழி வகுக்கிறது. இங்கிருந்துதான் சுப்பிரமணிக்கு பிரச்சனையும் ஆரம்பமானது.

பொம்மராயன்

காட்டு யானையை கும்கி நேருக்கு நேர் சந்தித்தபோது..!

'வட்டியும் முதலும்' புத்தகத்தில் இப்படி ஒரு வரி வரும். ''நண்பன் ஒருவனைப் பார்க்க அவன் வேலை செய்த தோல் தொழிற்சாலைக்குப் போயிருந்தேன். ஒரு நிமிடம்கூட அங்கே நிற்க முடியவில்லை. அவ்வளவு நாற்றம் ''எப்பிடிடா இங்க வேலை பார்க்கிற'' என்றேன். ''மச்சான் பழகிட்டா பூ மார்க்கெட்ல வேல பார்க்கிற மாதிரி ஆகிரும்டா'' என்றான். செய்கிற வேலையில் தன்னை முழுதாய் அர்ப்பணித்துக் கொள்கிற ஒவ்வொரு ஜீவனுக்கும் பொருந்திப் போகிற வரிகள். எப்படி யானை மாவூத்தாக மாறினீர்கள் என்ற கேள்விக்கு 'யானை உருவத்தில் மட்டும்தான் பெருசு. ஆனால், இதயம் சின்னது' தான் என்கிறார் கிருமாறன்.

பள்ளிப் படிப்பை தாண்டாதவர் கிருமாறன். பழங்குடி இனமான குறும்பர் இனத்தைச் சார்ந்தவர். அவரது அப்பா யானை மாவூத்தாக பணிபுரிகிற காலத்தில் அவரோடு சேர்ந்து பயணித்ததில் யானைகள் மீது ஈடுபாடு கொள்கிறார். சிறு வயதில் அப்பாவின் யானை மீது ஏறுவது குளிப்பாட்டுவது என குதூகலமாக இருக்கிறார். யானையும் யானை சார்ந்த இடமென்பதால் தானும் ஒரு நாள் யானையை வழிநடத்துவது போல கனவு காண ஆரம்பிக்கிறார். அந்தக் கனவை நோக்கியே பயணிக்கிறார். அப்பா, அவரது யானை எனச் சுற்றி வருகிறார். விளையும் பயிர் முளையிலே தெரியும் என்பார்களே;

அப்படி இவருடைய நடவடிக்கைககளைக் கவனித்த டாக்டர் கே, கிருமாறனை 1986-ம் ஆண்டில் முதுமலை யானைகள் முகாமில் மாவூத்தாக பணி நியமனம் செய்கிறார். ‘சிறந்த மாவூத்தாக வருவாய்‘ என ஆசிர்வதிக்கிறார். 17-வது வயதில் மாவூத்தாக பணியைத் தொடர்கிறார்.

1991-ம் வருடம் மார்ச் 7-ம் தேதி சுப்பிரமணி என்கிற யானை மாவூத் ஒருவரைத் தாக்கியிருக்கிறது. அதில் அவர் இறந்துவிடுகிறார். யாரையும் பக்கத்தில் நெருங்கவிடாமல் இருந்தது. சுப்பிரமணியை வழிக்குக் கொண்டு வர அதன் மாவூத்தாக கிருமாறன் நியமிக்கப்படுகிறார். சுப்பிரமணி பலம் வாய்ந்த புத்திசாலி கும்கி யானை. சுப்பிரமணி ஆறு வயதில் 1958-ம் ஆண்டு ஆனைமலையில் பிடிக்கப்பட்டு, 1960-ம் ஆண்டு முதுமலைக்குக் கொண்டுவரப்பட்டு கும்கியாகப் பயன்படுத்தப்பட்டது. பொறுப்பேற்ற ஒரு மாதத்தில் சுப்பிரமணியைத் தன்னுடைய முழு கட்டுப்பாட்டுக்குக் கொண்டு வருகிறார் கிருமாறன். அதைக் குளிப்பாட்டுவது, உணவளிப்பதென ஒரு குழந்தையைப் போலவே சுப்பிரமணியை வளர்க்கிறார். கிருமாறனுக்குத் திருமணமாகி மகன் பிறக்கிறான். மொத்த குடும்பமும் சுப்பிரமணியைக் கொண்டாடுகிறார்கள்.

கிருமாறனுக்கு அப்பொழுது இளம் வயதென்பதால் அந்த வயதிற்குரிய ஆர்வத்தில் பல சாகசங்களைச் சுப்பிரமணியை வைத்து நிகழ்த்தியிருக்கிறார். ஊருக்குள் புகுந்து அட்டகாசம் செய்கிற காட்டு யானைகளை விரட்ட முதுமலையிலிருந்து களத்துக்குப் போகிற இரண்டு கும்கி யானைகளில் ஒன்றாகச் சுப்பிரமணி இருக்கிறது. காட்டு யானைகளைப் பிடிப்பதென்பது அவ்வளவு எளிதான காரியமல்ல. காட்டில் அலைந்து திரிந்து ஆக்ரோஷமான உடலமைப்போடு இருக்கிற காட்டு யானைகளை அதனுடைய இடத்தில் வைத்து நேருக்கு நேர் சந்திப்பதற்கு முரட்டுத்தனமான புத்திசாலித்தனம் தேவை. காட்டு

யானைகளின் தந்தங்கள் கூர்மையானவை. எத்தனை சக்தி வாய்ந்த சதையாக இருந்தாலும் குத்தி கிழித்து விடும். கும்கி யானைகளின் கூர்மையான தந்தங்களை பிடிக்கப்பட்டதும் வெட்டிவிடுவார்கள். அதற்கு காரணம் இருக்கிறது. முகாமில் இருக்கிற கும்கி யானைகளால் எதுவும் அசம்பாவிதம் நடந்துவிடக் கூடாது என்பதால் அதன் கூர்மையான பகுதியை வெட்டி விடுவார்கள். பயத்தை உள்ளே வைத்துக் கொண்டு பதற்றப்படாமல் காட்டு யானைகளை கட்டுப்படுத்துவதற்கு அசாத்திய திறமை வேண்டும். இந்த இரண்டு குணங்களுமே கிருமாறனுக்கும் இருந்தது, சுப்பிரமணிக்கும் இருந்தது.

ஒருமுறை கேரள மாநிலம் கண்ணனூர் அருகே அட்டகாசம் செய்த ஆண் காட்டு யானையைப் பிடிக்க கேரள வனத்துறை சுப்பிரமணி மற்றும் முதுமலை இரண்டு கும்கிகளையும் அழைத்துச் செல்கிறார்கள். காட்டு யானைக்கு இன்னொரு பெயர் டஸ்கர். நீண்ட தந்தமுடைய ஆண் யானைகளை இப்படியும் அழைப்பார்கள். ஊசி செலுத்தப்பட்ட டஸ்கரை சுற்றி வளைத்துவிட்டார்கள். ஆனால், டஸ்கர் கட்டுப்படாமல் அதிக முரண்டு பிடித்திருக்கிறது. காட்டு யானை பிளிறிய சத்தம் ஒட்டு மொத்த காட்டையும் உலுக்கியிருக்கிறது. முதுமலையும் சுப்பிரமணியும் எவ்வளவோ முயன்றும் அவற்றால் காட்டு யானையை கட்டுப்படுத்த முடியாமல் திணறியிருக்கிறார்கள். ஒரு கட்டத்தில் கோபத்தில் கிருமாறன் பல்லை கடித்துக் கொண்டு கோபத்தில் சுப்பிரமணிக்கு கட்டளையிட்டிருக்கிறார். உடல் மொழி வாயிலாக அவரது கோபத்தை உள்வாங்கிக் கொண்ட சுப்பிரமணி டஸ்கரின் முகத்துக்கு நேராகத் தாக்கியிருக்கிறது. ஏற்கெனவே ஊசி செலுத்தியிருந்ததால் லேசான மயக்க நிலையில் இருந்த காட்டு யானை தடுமாற, அந்தச் சந்தர்ப்பத்தில் காட்டு யானையின் மீது ஏறி அமர்ந்து கழுத்தில் செயினை மாட்டியிருக்கிறார் கிருமாறன். அப்போது சுப்பிரமணி பிளிறிய சத்தத்தில் கேரள வனத்துறை வேடிக்கை பார்த்தவர்கள் எனஎல்லோருமே ஒரு நொடி மிரண்டு போயிருக்கிறார்கள்.

உச்சகட்ட கோபத்திலிருந்த சுப்பிரமணியை சமாதானப்படுத்தி அழைத்து வந்திருக்கிறார். கிருமாறனின் உணர்வுகளை அப்படியே உள்வாங்கிக் கொள்ளுமளவுக்கு நெருக்கமாய் இருந்திருக்கிறது சுப்பிரமணி.

1992 - ம் வருடம் இரண்டு மாதம் கூண்டு வேலையாக வெளி இடத்துக்கு அனுப்பப்படுகிறார். இரண்டு மாதங்களாகச் சுப்பிரமணி வேறு ஒருவரின் கட்டுப்பாட்டில் இருந்திருக்கிறது. வேலை முடிந்து முதுமலை திரும்பிய கிருமாறனின் வாசனையை ஒரு கிலோ மீட்டருக்கு முன்பே உணர்ந்த சுப்பிரமணி முகாம் அதிரும் அளவுக்கு பிளிறியிருக்கிறது. கிருமாறன் சுப்பிரமணியை கட்டிக் கொண்டு அழுத நாட்களில் அதுவும் ஒன்று. கும்கி யானைகளை இரவில் காட்டுக்குள் அவிழ்த்து விடுவார்கள். காலையில் சென்று அழைத்து வருவார்கள். காட்டில் எங்கு இருந்தாலும் அழைத்த குரலுக்கு சுப்பிரமணி திரும்பி வந்துவிடும். அவ்வளவு எளிதில் வார்த்தைகளைக் கொண்டு விவரிக்க முடியாத பந்தம் அவர்கள் இருவருக்குமானது. தமிழகம் மட்டுமன்றி கேரளா, கர்நாடகா, ஆந்திரா, மேற்கு வங்கமெனப் பல மாநிலங்களுக்கும் யானையை விரட்ட அதனோடு பயணித்திருக் கிறார். குறிப்பாக கேரளாவில் காட்டு யானையைப் பிடிக்க வேண்டு மானால் அப்போது அவர்களிடம் அனுபவம் வாய்ந்த மாவூத்துகளோ கும்கிகளோ இல்லாத காலகட்டம். ஊசி மூலம் யானையைப் பிடிக்கிற கேரள வனத்துறைக்கு அவற்றை எப்படி செயினில் கட்டுவது, கூண்டு கட்டுவது, எப்படி கூண்டில் அடைப்பது பற்றிய அனுபவமில்லாததால், கேரள வனத்துறையிடமிருந்து அழைப்பு வந்தால் உடனடியாக தமிழக வனத்துறை சுப்பிரமணியையும் முதுமலை யானையையும் மாவூத்துகளோடு லாரியில் அனுப்பி விடுவார்கள். அப்படிப் போகிற யானைகளுக்கு தினசரி வாடகையையும், போக்குவரத்து செலவுகளையும் கேரள வனத்துறை தமிழக வனத்துறைக்குச் செலுத்திவிடும். யானை பிடிப்பதில் தொடங்கி கூண்டு கட்டிக் கொடுப்பது வரை அனைத்தையும் உடனிருந்து செய்து

கொடுத்துவிட்டுத்தான் முதுமலை திரும்புவார் கிருமாறன். எந்த யானையாக இருந்தாலும் அவற்றை எளிதில் பழக்கப்படுத்திவிடும் திறமை கிருமாறனிடமிருந்தது. அந்தத் திறமையே சுப்பிரமணியை கிருமாறனிடமிருந்து பிரித்தது.

பதினேழு ஆண்டுகள் தனக்கு எல்லாமுமாக இருந்த கிருமாறனை 2006-ம் ஆண்டு பிரிய வேண்டிய சூழல் சுப்பிரமணிக்கு உருவாகிறது. யானைக்கும் அடி சறுக்கும் என்பார்களே அது இங்கிருந்துதான் ஆரம்பமாகிறது. அடங்க மறுக்கிற பல யானைகளை கிருமாறன் பழக்கப்படுத்திவிடுவதால் வேறு யானைக்கு கிருமாறன் மாற்றப்படுகிறார். வேறு ஒரு மாவூத்தின் கட்டுப்பாட்டிலிருந்த யானையை அவ்வப்பொழுது பார்த்து வந்திருக்கிறார். 2009-ம் ஆண்டு மார்ச் மாதம் முதுமலை தெப்பக்காடு பகுதியில் காட்டு யானைகளால் சுப்பிரமணி தாக்கப்படுகிறது. காயங்களிலிருந்து காப்பாற்ற டாக்டர் கலைவாணன் சுப்பிரமணிக்கு சிகிச்சையளிக்கிறார். அனைத்து மருத்துவ முயற்சிகளும் தோல்வியில் முடிகிறது. முதுமலையில் சிறந்த கும்கியாக இருந்த சுப்பிரமணி இறுதியாக மார்ச் மாதம் 14-ம் தேதி உயிரை விடுகிறது. முகாமில் இறந்த யானைகளுக்கு உடற்கூராய்வு நடைபெறுவது வழக்கம். ஆனால் சுப்பிரமணி யானைக்கு உடற்கூராய்வு நடத்தக் கூடாது என கிருமாறன் வனத்துறையிடம் முறையிடுகிறார். பல்வேறு மனப் போராட்டங்களுக்கு பிறகு கிருமாறன் நினைத்தபடியே உடற்கூராய்வு செய்யாமலே சுப்பிரமணி உடலைப் புதைப்பது என முடிவானது. கிருமாறனின் மொத்த குடும்பமும் இறுதிச் சடங்கில் கலந்துகொள்கிறார்கள். ஒன்பது முதுமலை வளர்ப்பு யானைகள், ஊர் மக்கள், வன ஊழியர்கள் எனக் கலந்துகொண்ட சுப்பிரமணியின் இறுதி நிகழ்வில் கிருமாறன் கலந்து கொள்ளவில்லை. சுப்பிரமணியைப் புதைத்த 45 நாட்கள் கழித்தே அதன் தந்தம் வெட்டி எடுக்கப்பட்டது.

மாவூத்தின் குச்சிக்கு அடிபணியும்போது, கும்கியாகிறது ஒரு கொம்பன்!

சுப்பிரமணியின் இழப்பிலிருந்து கிருமாறன் மீண்டு வருவதற்கு வெகு காலம் ஆகியிருக்கிறது. பல நாள்களுக்குத் துக்கம் அனுசரித்திருக்கிறார். இப்போது சுப்பிரமணியைப் பற்றி அவரிடம் பேசினாலும் அதிக உணர்ச்சிவசப்படுகிறார். 'சூதங்கமான யானைங்க, அது மாதிரி இன்னொரு யானையை என்னால நினைச்சிக் கூட பார்க்க முடியாது, பார்த்துப் பார்த்து வளர்த்தேன். சுப்பிரமணிக்குக் கண்ணு அவ்வளவா தெரியாது, ஏட்டிக்குப் போட்டியா அத பாத்துகிட்டது கூட அதோட இறப்புக்கு ஒரு காரணம்' என்று சொல்கிற கிருமாறனின் கண்களில் கசிந்த கண்ணீரால் இப்போதும் கூட சுப்பிரமணிக்கு அஞ்சலி செலுத்திக்கொண்டிருக்கிறார்.

மூர்த்தியைப் பிடிக்க காரணமாயிருந்த கிருமாறனிடமே 2012-ம் ஆண்டு மூர்த்தி யானை ஒப்படைக்கப்பட்டது. அதுவரை மாவூத்தின் குச்சியை மட்டுமே எடுக்க மூர்த்தி பழகியிருந்தது. முன் காலகட்டத்தில் பயிற்சிகள் எதையும் மூர்த்தி சரியாக உள்வாங்காமல் இருந்தது. மூர்த்தி தன் மீது அமர்வதற்குக் கூட மாவூத்திற்கு அதன் கால்களைக் கொடுத்து ஒத்துழைக்காது. மாவூத்துகளைத் தவிர வேறு யாரையும் கிட்டவே நெருங்க விடாது. '20 பேருக்கு மேல் கொன்றிருக்கிறது, இனி இதை நீ தான் பார்த்துக்கொள்ள வேண்டும்' எனச் சொன்னால் யாராக

இருந்தாலும் ஒரு பயம் வரவே செய்திருக்கும். அப்படித்தான் இங்கும். பயத்தின் காரணமாகவே அதற்கான பயிற்சிகள் தளர்த்தப்பட்டிருந்தன. இப்படியே இருந்தால் மூர்த்தி எதற்கும் பயன்படாமல் போய்விடும் என்கிற காரணத்தால் கிருமாறன் வசம் ஒப்படைக்கப்பட்டது. அதன் பிறகான காலம் மூர்த்திக்கு மிக முக்கியமான காலம்.

மெள்ள மெள்ள அதற்கான பயிற்சிகளை வழங்க ஆரம்பிக்கிறார். கால்களைத் தூக்குவது, செடிகளை எடுத்துச் செல்வது எனச் சிறு பயிற்சிகள் மூலமாகக் கொஞ்சம் கொஞ்சமாகப் பழக்க ஆரம்பிக்கிறார். பக்கத்து ஊர் திருவிழாக்களுக்கு அழைத்துச் செல்வது, கோவிலுக்கு அழைத்துச் செல்வது என மூர்த்தியின் சுதந்திரத்தை கொஞ்சம் கொஞ்சமாக உணர வைக்கிறார். உண்மையில் யானைகள் உருவத்தில்தான் பெரியது. அதனுடைய நடவடிக்கைகள் குழந்தைகளுக்கு ஒப்பானது. உடல் நிலை சரியில்லாமல் சோர்வாக இருக்கிற மூர்த்தி, முகாமிற்கு யானை மருத்துவர் வருவது தெரிந்துவிட்டால் உடனே ஆரோக்கியமாக இருப்பது போல நடிக்க ஆரம்பித்துவிடும். உடலை ஆட்டி தும்பிக்கையைத் தூக்கியும் நான் நல்ல ஆரோக்கியமாக இருக்கிறேன் என்பதை மருத்துவருக்குத் தெரியப்படுத்துமாம். மருந்து, ஊசி, என்றால் குழந்தை என்ன செய்வார்களோ அதையே மூர்த்தியும் செய்திருக்கிறது. மருந்து, டாக்டர் என சிகிச்சை தொடர்பான எந்த விஷயங்களையும் மீண்டும் சந்திக்க மூர்த்தி தயாராக இல்லை. ஏனெனில் அந்த அளவிற்கு உளவியல் ரீதியாக பாதிக்கப்பட்டிருந்தது. 1998-ல் பிடிக்கப்பட்ட மூர்த்தி இன்றைய தேதியில் முதுமலையில் இருக்கிற 23 யானைகளில் சாதுவான ஒரே யானை. அதன் அருகில் யார் வேண்டுமானாலும் போகலாம் உணவு கொடுக்கலாம். அவ்வளவு சாந்தப்படுத்தி வைத்திருக்கிறார் கிருமாறன்.

முதுமலையில் இருக்கிற கிருஷ்ணமூர்த்தி யானை குறித்த தகவல்கள் திரட்டும் பொழுது அதுகுறித்த ஒரு பிம்பத்தை எனக்குள் கட்டமைத்து வைத்திருந்தேன். ஆற்றில் குளித்துக்கொண்டிருந்த மூன்று யானைகள் குறித்து அந்தந்த யானைகளின் காவடிகளிடம் விசாரித்துக்கொண்டிருந்தேன். ஒரு யானையைக் குளிப்பாட்டிக் கொண்டிருந்த அதன் காவடி ''இதுதான் கிருஷ்ணமூர்த்தி'' என்றார். இந்த யானையா 18 பேரைக் கொன்றது என்கிற அளவுக்கு அப்பாவியாய் குளித்துக்கொண்டிருந்தது. எனக்குள் கிருஷ்ணமூர்த்தி குறித்த பிம்பம் உடைந்து போனது அந்த இடத்தில்தான். யானை அவர் சொல்லுக்கு ஏற்ப திரும்பித் திரும்பிப் படுத்து குளித்துக் கொண்டிருந்தது. முதுமலை ஈட்டிமர முகாமில் நான்கைந்து யானைகள் இருந்தும் எளிதாகக் கடந்து போக முடிந்தது. ஆனால் கிருஷ்ணமூர்த்தியை அப்படி எளிதாகக் கடந்து போக முடியவில்லை. மக்னா குறித்துக் கேள்விப்பட்டிருந்த கதைகள் எல்லாம் அதன் மீது ஒருவித பயத்தை ஏற்படுத்தியிருந்தது. கிருஷ்ணமூர்த்தி யானையைப் பக்கத்தில் பார்த்ததும் திக்கென்றுதான் இருந்தது. பதினெட்டு பேரை கொன்றிருக்கிறது என்கிற ஒரு விஷயமே என்னை ஒரு வித பயத்தில் வைத்திருந்தது. யானை குளித்த பிறகு மீண்டும் முகாமுக்குக் கொண்டுவந்தார்கள். யானைக்குப் பக்கத்தில் போகலாமா என அதன் மாவூத் கிருமாறனிடன் கேட்டேன், ''தைரியமா போங்க ஒண்ணும் பண்ணாது''என்றார். உள்ளுக்குள் ஒரு வித பயம் இருந்ததால் அவ்வளவு எளிதாக என்னுடைய உடல் யானையை நோக்கி முன்னேறவே இல்லை. முகாமில் இருந்த மற்ற யானைகளின் கால்கள் ஒரு சங்கிலியால் கட்டி வைக்கப்பட்டிருந்தன. ஆனால், கிருஷ்ணமூர்த்தியின் கால்கள் கட்டிவைக்கப்படவில்லை என்பதும் யானையை நெருங்காமல் இருந்ததற்கு ஒரு காரணம்.

பக்கத்தில் சென்றதும் தும்பிக்கையைத் தூக்கியது; இரண்டடி பின்னோக்கி வந்துவிட்டேன். பார்த்துக்கொண்டே இருந்த கிருமாறன் ''நான் வளக்குற யானை எல்லாமே குழந்தைகள் மாதிரிதான். என்னை மீறி ஏதும் செய்யாது'' என சொல்லிக்கொண்டே அதன் தும்பிக்கையில் தடவிக் கொடுக்கிறார். யானை தன்னுடைய உடலை மொழியாக மாற்றி கிருமாறனிடம் ஏதோ சொன்னது போல இருந்தது.

ஒரு முறை கிருஷ்ணமூர்த்தி யானை முகாமிலிருந்து காணாமல் போயிருக்கிறது. 2011-ம் ஆண்டு ஜூலை மாத இறுதியில் ஒரு நாள் சங்கிலியால் கட்டப்படாமல் இருந்த கிருஷ்ணமூர்த்தி யாருக்கும் தெரியாமல் காணாமல் போகிறது. அப்போது பொள்ளாச்சி டாப்ஸ்லிப் பகுதியைச் சார்ந்த ஒருவர் அதற்கு மாவூத்தாக இருக்கிறார். ஒவ்வொரு வருடமும் ஆகஸ்ட் மாதம் முதல் வாரத்தில் கிருஷ்ணமூர்த்திக்கு மதம் பிடிக்கிற காலம். மதம் பிடிக்கிற காலத்திற்கு முன்னதாக காணாமல் போனதால் ஒட்டுமொத்த வனத்துறை அதிகாரிகளும், மாவூத்துகளும் யானையைத் தேடி முதுமலை காட்டுக்குள் செல்கிறார்கள். பொதுவாக முகாமிலிருக்கிற ஆண் யானைகள் காட்டுக்குள் சென்றால் இணை சேர்வதற்காக, பெண் யானைகள் கூட்டத்துக்குள் புகுந்து விடும். அப்படி பெண் யானைகளின் கூட்டத்துக்குள் சென்று விடுகிற முகாம் யானையைக் கண்டறிவது கடினமான காரியம். கிருஷ்ணமூர்த்தி யானைக்குத் தந்தம் இல்லை என்பதால் பெண் யானைகளின் கூட்டத்துக்குள் புகுந்திருக்கலாம் என்கிற ரீதியில் யானையைத் தேடுகிறார்கள். மிகப் பெரிய வனப்பகுதிக்குள் யானை எங்கே சென்றது எனத் தெரியாமல் தேட ஆரம்பிக்கிறார்கள். கிருஷ்ணமூர்த்தி காணாமல் போன முதல் நாள் எல்லோரும் காட்டுக்குள் சென்று தேடுகிறார்கள். ஆனால், கிருஷ்ணமூர்த்தி குறித்த எந்தத் தடயமும் கிடைக்கவில்லை. யானையைத் தேடிப் போகிற வழியில் தென்படுகிற கிராம மக்களிடம் ''யானை குறித்த தகவல் தெரிந்தால்

தெரியப்படுத்தவும்'' எனச் சொல்லி ஓர் அலைபேசி எண்ணைக் கொடுத்துவிட்டுச் செல்கிறார்கள். இரண்டு குழுவாகப் பிரிந்து முதுமலை, சிங்காரா வனப்பகுதி எனச் சல்லடை போட்டுத் தேடுகிறார்கள்.

யானை காணாமல் போன நாளிலிருந்து நான்கு நாட்களாகத் தேடியும் யானையைக் கண்டறிய முடியவில்லை. யானை காணாமல் போன ஐந்தாவது நாள் மாலை 4:30 மணிக்கு சிங்காரா எஸ்டேட் பகுதியில் யானை இருப்பதாக அப்பகுதி கிராம மக்கள் வனத்துறைக்குத் தகவல் கொடுக்கிறார்கள். மாவூத்துகள், கால்நடை மருத்துவர், வனத்துறை ஊழியர்கள் என பத்து பேர் யானை இருக்கிற பகுதிக்குச் செல்கிறார்கள். யானையின் நடவடிக்கையில் மாற்றம் தெரியவே, யானைக்கு மதம் பிடித்திருக்கலாம் என்கிற முடிவுக்கு எல்லோரும் வருகிறார்கள். கிருஷ்ணமூர்த்தியின் மாவூத் அதன் அருகில் செல்லவே பயப்படுகிறார். யானை காணாமல் போனதில் எல்லோருமே பயத்தில் இருந்தனர். யானையை எப்படியாவது முகாமுக்குக் கொண்டு செல்ல வேண்டும் என்பதால், கால்நடை மருத்துவர் கிருஷ்ணமூர்த்திக்கு ஊசி செலுத்த முடிவெடுக்கிறார். அதன்படி அன்றைய மாலை 6:30 மணிக்கு மயக்க ஊசி செலுத்தப்படுகிறது. யானை பாதி மயக்கத்தில் இருக்கும்பொழுது நான்கு கால்களுக்கும் சங்கிலியை மாட்டுகிறார்கள். சிங்காரா எஸ்டேட் பகுதியில் இருந்து அன்றைய இரவு யானையை முகாமுக்குக் கொண்டு வருகிறார்கள். முதுமலை ஈட்டிமர முகாமில் பலத்த பாதுகாப்புக்கு மத்தியில் கட்டி வைக்கப்படுகிறது. இப்படித்தான் கிருமாறன் கைகளில் கிருஷ்ணமூர்த்தி வந்து சேர்ந்தது.

கரும்பிற்கு அடிமையாகும் யானை கும்கியாகிறது.

காட்டிலிருக்கிற ஒரு யானையை, நான்கு கால்களிலும், கழுத்திலும் செயினை மாட்டி, கும்கி யானைகளின் பாதுகாப்புடன் லாரியில் ஏற்றி முகாம்களுக்குக் கொண்டு வந்து, பின்பு கும்கியாய் மாற்றுவதற்குப் பின்னால் ஒரு கதை இருக்கிறது. நீங்கள் படித்தது போலவோ கேட்டது போலவோ இல்லை. ஆறேழு மாவூத்துகளின் குச்சிகளைக் கீழே போட்டு விட்டு யாருடைய குச்சியை யானை எடுக்கிறதோ அவர்தான் அன்று முதல் யானையின் மாவூத் என்பதெல்லாம் யானைகள் குறித்து சொல்லப்படுகிற கட்டுக்கதைகள் என்கிறார்கள் முதுமலை மாவூத்துகள். ஆசியாவில் மிகப்பெரிய டஸ்கர் கொண்ட யானை எனப் பெயரெடுத்த யானை சந்தோஷ். 1971 ஆம் ஆண்டு ஆகஸ்ட் மாதம் 15 தேதி முதுமலையில் பிறந்த யானை. அதன் தந்தங்கள் இரண்டும் அவ்வளவு பெரிதாக இருக்கும். பார்க்கிற ஒவ்வொரு மனிதருக்கும் அச்சத்தைக் கொடுக்குமளவுக்கு இருக்கும் அதன் உடலமைப்பும், தந்தமும். ஆனால் இப்போதும் முதுமலையில் இருக்கிற சந்தோஷ் ஒரு கும்கி யானைகிடையாது. மற்ற யானைகளைப் பார்த்தால் பயந்து விலகிப் போகிற யானை அது. யானையின் பலம் அதற்குத் தெரியாது என்பார்களே அப்படியான யானை சந்தோஷ்.

இயல்பிலேயே சண்டையெல்லாம் நமக்கெதுக்குப்பா நாம ஓரமா போவோம் என்கிற சாதுவான யானை சந்தோஷ். பிடிக்கிற அல்லது வளர்க்கப்படுகிற எல்லா யானைகளையும் கும்கியாக மாற்றிவிட முடியாது. அதனுடைய இயல்பு மற்றும் நடவடிக்கைகளைப் பொறுத்தே அவை கும்கிகளாக மாற்றப்படும். பிடித்து வரப்படுகிற காட்டு யானைகளை 14-க்கு 14 என்கிற அளவில் இருக்கிற கரோலில் அடைத்து விடுவார்கள். கரோல் என்பது உடைத்து விடவே முடியாத தேக்கு மரங்களாலும், கற்பூர மரங்களாலும் செய்யப்பட்டது. கும்கியாக மாற்ற மாவூத்துகளுக்குக் கொடுக்கப்படுகின்ற நாள்கள் 48. கரோலில் இருக்கிற யானைகளுக்கு முதல் 15 நாள்கள் எந்தவிதப் பயிற்சிகளோ, கட்டுப்பாடுகளோ இல்லை. அந்தப் பதினைந்து நாள்களும் யானைக்கு உணவும் தண்ணீரும் நேரத்திற்கு வழங்கப்படுகிறது. 15 நாள்கள் இடைவெளியில் அந்த யானைக்கான மாவூத் யார் என்பது முடிவு செய்யப்படும். ஆக்ரோஷமான யானையாக இருந்தால் அதற்கு ஏற்ற அனுபவமான மாவூத் நியமிக்கப்படுவார்.

14-க்கு 14 என்ற அளவு இருக்கிற கரோலின் உள்புறம் இரு அறைகளாகப் பிரிக்கப்படும். ஓர் அறையில் மாவூத்தைம், இன்னோர் அறையில் யானையையும் அடைத்து வைத்திருப்பார்கள். காலை ஆறு மணிக்கு கரோல் இரு அறைகளாகப் பிரிக்கப்பட்டு மாலை ஆறு மணிக்கு யானை தூங்குவதற்கு வசதியாக மீண்டும் ஓர் அறையாக மாற்றப்படும். ஒரு நாளைக்கு குறைந்தபட்சம் 10 கிலோ மீட்டர்கள் உணவிற்காகப் பயணித்த யானை, ஒரே இடத்தில் அடைத்துவைத்திருப்பதால் மனதளவில் வெகுவாகப் பாதிக்கப்பட்டுவிடும். அதனுடைய ஆக்ரோஷமான மனநிலையும் கொஞ்சம் கொஞ்சமாகக் கட்டுக்குள் வரும். காட்டுக்குள் தனி ராஜாவாக வலம் வந்த காட்டு யானைக்கு முதலில் வழங்கப்படுகிற பயிற்சியே மண்டியிட வைப்பதுதான். அவ்வளவு எளிதில் யானை

மனிதனுக்கு முன்பு மண்டியிட்டு விடாது. அதன் குணநலன்கள் அப்படி. பிறகு மாவூத்தின் குச்சியைத் தும்பிக்கையில் எடுக்கும் பயிற்சியும் வழங்கப்படும்.

உளவியலாக யானையின் பலத்தையும், குணத்தையும் ஒரு சேர குலைத்து யானையின் இயல்பைக் கொல்வதற்குத் தேவைப்படுகிற நாள்கள் 48. கரோலில் இருக்கிற முதல் பதினைந்து நாள்கள் எந்தப் பயிற்சியும் வழங்கப்படுவதில்லை. யானையால் ஒரு நிமிடம்கூட அமைதியாக இருக்கவே முடியாது. மரங்களை உடைக்கும், உண்ணும், நடக்கும், தும்பிக்கையை அசைத்துக்கொண்டே இருக்கும், அப்படியான யானைக்குச் செடி கொடிகளோடு ராகி, கொள்ளு, அரிசிச் சாதம் உணவு, தண்ணீர் என எல்லாமும் ஒரே இடத்தில் கிடைப்பதால் மெல்ல மெல்ல அதற்குப் பழக்கப்பட்டுவிடும். கரோலில் அடைக்கப்பட்ட 16-வது நாள் 14-க்கு 14 என இருக்கிற கரோல் ஏழுக்கு ஏழு என்கிற விகிதத்தில் இரண்டாகப் பிரிக்கப்படும். ஓர் அறையில் மாவூத்தும், அவரது உதவியாளர் காவடியும் இருப்பார்கள். இன்னொரு அறையில் யானையையும் கட்டி வைத்திருப்பார்கள். யானையின் நான்கு கால்களும் பலமான இரும்புச் சங்கிலிகளால் கட்டப்பட்டே இருக்கும். முதலில் யானையை மண்டியிட வைக்கும் பயிற்சி தொடங்கும். மாவூத் கையில் ஒரு குச்சியை வைத்துக் கொண்டு யானைக்குக் கட்டளைகளை வழங்குவார். காட்டுக்குள் ராஜாவாக வலம் வந்த யானை சாதாரண குச்சிக்கு அடிபணிந்து விடாது.

யானையை அடிபணிய வைக்க சில தந்திரங்களைக் கையாளுவார்கள். அதன்படி மாவூத்தின் கட்டளைக்கு அடிபணிகிற யானைக்கு முதலில் ஒரு கரும்புத் துண்டைக் கொடுப்பார்கள். இன்னொரு கரும்புத் துண்டை அதன் பார்வையில் படும்படியாக வைத்திருப்பார்கள். கரும்பின் ருசிக்கு மயங்குகிற யானை இன்னொரு கரும்புத் துண்டுக்காக ஏங்க ஆரம்பிக்கும். முதல் பயிற்சியின்

ஒவ்வொரு சோதனை முயற்சியிலும் ஒரு கரும்புத் துண்டை யானைக்குக் கொடுப்பார்கள். ‘‘கட்டளைகளைக் கேட்டு நடந்தால் கரும்பு கிடைக்கும்’’ என்கிற ஆசையை யானையின் மனதில் விதைப்பார்கள். பயிற்சியின் ஒவ்வொரு நாளின் இறுதியிலும் மாலை 6 மணிக்கு யானை தூங்குவதற்கு வசதியாக கரோல் 14-க்கு 14 என மாற்றியமைக்கப்படும்.

மீண்டும் காலை ஆறு மணிக்கு கரோல் 7-க்கு 7 எனப் பிரிக்கப்படும். மீண்டும் பயிற்சி ஆரம்பமாகும். கட்டளைகளை ஏற்காத யானைகளுக்கு மாவூத்தின் குச்சியால் அடி விழும். ஒவ்வொரு அடிக்குப் பிறகும் ஒரு கரும்புத் துண்டு வழங்கப்படும். அடிக்கடி கிடைக்கிற கரும்பின் ருசிக்கு அடிமையாகிற யானை, தான் யானை என்கிற நிலையை மறக்க ஆரம்பிக்கும். கரும்பைக் காட்டி இரும்பை உருக்குகிற சாதாரண வேலை வெகுவாக வேலை செய்ய ஆரம்பிக்கும்போது மாவூத்தின் குச்சியை எடுக்கும் இரண்டாவது பயிற்சியை வழங்குவார்கள். இதற்கு இடையில் வெல்லத்தையும் உணவாகக் கொடுப்பார்கள். யானை மாவூத்தை முழுதாக நம்ப ஆரம்பிக்கும். அப்போது வரை மாவூத்தை நெருங்க விடாத யானை கொஞ்சம் கொஞ்சமாக நெருங்க விடும். பொதுவாக யானை கூச்ச சுபாவம் கொண்டது என்பதால், யானையின் கூச்சத்தை போக்கக் கம்பிகளால் செய்யப்பட்ட பிரஷ்ஷை வைத்து யானையின் உடலெங்கும் தேய்ப்பார்கள். ஏனெனில் யானையின் கூச்ச சுபாவம் அகன்றால் மட்டுமே யானையைச் சுலபமாக தொட்டு அதன் மீது ஏற முடியும். யானையின் உடல் நகர முடியாதபடிக்கு கட்டைகளால் அடைபட்டிருக்கும்பொழுது கூச்சத்தைப் போக்கும் பயிற்சி தொடங்கும். கும்கியாக மாற்றும் பயிற்சி 25 நாள்களை நெருங்கும்பொழுது யானைக்கும் மாவூத்துக்கும் ஒரு பாசப்பிணைப்பு உருவாக ஆரம்பிக்கும்.

மாவூத்தின் சொல்படி நடக்க ஆரம்பிக்கும் யானையை 30-வது நாளுக்குப் பிறகு கரோலிலிருந்து வெளியே கொண்டு வருவார்கள். சங்கிலிகள் உதவியுடன் முகாமுக்கு அருகிலிருக்கும் ஆற்றுக்கு அழைத்துச் செல்வார்கள். அப்போது யானை மாவூத்தின் குச்சியை தும்பிக்கையில் பிடித்தபடியே நடந்து வரும். ஆற்றில் யானையை ஒரு மணி நேரத்துக்கும் மேலாகக் குளிப்பாட்டுவார்கள். கம்பியால் செய்யப்பட்ட பிரஷ்ஷால் யானையின் உடல் முழுதும் தேய்த்துக் குளிப்பாட்டுவார்கள். இப்போது யானை முழுமையாக மாவூத்தின் கட்டுப்பாட்டுக்குள் வந்து விடும். மாவூத் யானையின் மீது ஏறி அமர்கிற சுப நிகழ்வெல்லாம் முப்பதாவது நாளில் சுபமாக நடந்து விடும். மாவூத்தை தவிர வேறு யாரையும் நெருங்க விடாத அளவுக்கு யானை மாவூத்தோடு ஒன்றிணைந்துவிடும்.

யானைக்குப் பயிற்சி கொடுக்க மாவூத்துகள் ஒரு மொழியைக் கையாளுகிறார்கள். அந்த மொழியில் தமிழ், கன்னடம், மலையாளம், இந்தி எனப் பல மொழிகளிலுள்ள வார்த்தைகளைப் பயன்படுத்துவார்கள். உதாரணத்துக்கு பைட் என்றால் படுப்பதற்கான வார்த்தை. ஹூட் என்றால் எழுந்திருக்கச் சொல்கிற வார்த்தை. பர்ஸிலேம்பரே என்றால் தும்பிக்கையை தூக்கப் பயன்படுத்தும் வார்த்தை. காட்டு யானையைத் தாக்குவதற்கு லிகி என்கிற வார்த்தையைப் பயன்படுத்துகிறார்கள். யானையின் மீது அமர்கிற மாவூத் யானையை இடது வலது எனத் திருப்ப யானையின் இடது புறம் மற்றும் வலது புறமாக தன்னுடைய கால்களின் அழுத்தம் மூலமாகக் கட்டளைகளை வழங்குவார். அதன்படியே யானை நடக்க ஆரம்பிக்கும்.

யானைக்கு எப்போது மதம் பிடிக்கும்

பயிற்சி முடித்து வெளியே வருகிற யானையின் முன் இரு கால்களும் எப்போதும் சங்கிலிகளால் பிணைக்கப்பட்டே இருக்கும். கும்கி யானை எப்படிச் செயல்படும் என்பதற்கான பயிற்சியை கரோலுக்கு வெளியே வைத்துக் கொடுப்பார்கள். முகாமிலிருக்கும் இன்னொரு யானையின் காலில் கட்டப்பட்டிருக்கும் இரும்புச் சங்கிலியை கும்கி பயிற்சி எடுக்கும் யானையின் காலடியில் போட்டு மிதிக்க வைப்பார்கள். 15 மீட்டருக்கு மேலாக இருக்கும் சங்கிலியை கொஞ்சம் கொஞ்சமாக மிதித்து யானையின் அருகே செல்லும் பயிற்சி வழங்கப்படும். காடுகளில் காட்டு யானையைப் பிடிக்க மேற்கொள்ளும் முயற்சியின் ஓர் அங்கமாகச் சங்கிலி மிதிக்கும் முறை இருக்கும். அப்படித்தான் காட்டு யானையைக் கட்டுக்குள் கொண்டு வருவார்கள். பயிற்சி கொடுத்த உடன் யானையை வைத்துக் காட்டு யானைகளைப் பிடிக்கப் பயன்படுத்தமாட்டார்கள். காட்டு யானைகளைப் பிடிக்கும் இடத்துக்கு மற்ற கும்கி யானைகளோடு அழைத்துச் செல்லப்படும் யானையை, கும்கி யானைகளின் செயல்பாடுகளை கவனிக்க வைப்பார்கள். பயிற்சிகள், களப் பயிற்சி எனப் பல பயிற்சிகளுக்குப் பிறகே யானை கும்கியாக மாற்றப்படும்.

காட்டு யானை, கும்கி யானை என முகாமில் இருக்கிற எல்லா யானைகளையும் 24/7 கவனித்துக்கொண்டே இருக்க வேண்டும். ஏனெனில் யானைக்கு எப்போது வேண்டுமானாலும் மதம் பிடிக்கலாம். ஆரோக்கியமாக இருக்கிற ஒவ்வொரு யானைக்கும் வருடத்துக்கு ஒரு முறை மதம் பிடிக்கும். பெண் யானையோடு இணை சேர முடியாத ஆண் யானை மாவூத்தின் கட்டுப்பாட்டில் இருந்து முதலில் விலக ஆரம்பிக்கும். ஒரு முறை அழைத்தாலே திரும்பிப் பார்க்கிற யானை எட்டு முறைக்கு மேலும் அழைத்து ஒன்பதாவது அழைப்பில் ''இரு வரேன்'' என அலட்சியமாக நடக்க ஆரம்பிப்பது மதம் பிடிப்பதில் முதல் அறிகுறி. இதைக் கவனிக்காமல் விட்டு விட்டால் அடுத்து முகாமில் நடப்பது எல்லாமே அசம்பாவிதங்களாக மட்டுமே இருக்கும். மதம் பிடித்தால் யானை பக்கத்தில் யார் இருந்தாலும் எது இருந்தாலும் இழுத்துப் போட்டு சாத்திவிட்டுப் போய்க்கொண்டே இருக்கும்.

முதுமலையில் இருக்கிற கும்கி யானைகளில் ஒன்று முதுமலை. 1967-ம் ஆண்டு முதுமலையில் பிடிக்கப்பட்டதால் முதுமலை எனப் பெயரிட்டார்கள். இப்போது 57 வயதாகும் முதுமலை முகாமிலிருக்கிற முக்கியமான கும்கிகளுள் ஒன்று. மிகப் பெரிய தந்தங்களைக் கொண்ட முதுமலை யானையைப் பார்த்தால் மற்ற யானைகளுக்கே பயம் வரும். 1998-ம் ஆண்டு மக்னா யானையைப் பிடிக்க காரணமாயிருந்த இரண்டு கும்கிகளில் ஒன்று. அதன் மாவூத் மாறன்.

முதுமலையில் இருக்கிற இன்னொரு கும்கி யானை விஜய். 1971-ம் ஆண்டு யானைகள் முகாமிலிருந்த தேவகி என்கிற பெண் யானை ஒரே பிரசவத்தில் இரண்டு குட்டிகளை ஈன்றது. ஒன்றின் பெயர் சுஜய், இன்னொன்று விஜய். சுஜய் பிறந்த 30 நிமிடங்கள் கழித்து விஜய் பிறந்தது. அண்ணன் தம்பிகளான இரண்டுமே எப்போதும் ஒன்றாகவே

இருக்கும். இரண்டு குட்டிகளும் முதுமலை முகாமில் கும்கி பயிற்சி பெற்றவை.

முதுமலை மற்றும் விஜய் இரண்டு யானைகளுக்கும் எப்போதுமே எதிரும் புதிரும்தான். கொஞ்சம் கவனம் திரும்பினாலும் உடனே இரண்டு யானைகளும் ஒத்தைக்கு ஒத்தையாகச் சண்டைக்கு நிற்கிற யானைகள். அதிலும் முதுமலை விஜய்யைக் கண்டாலே அடிப்பதற்குப் பாய்வதிலேயே குறியாக இருக்கும். அன்று முகாமில் முதுமலை யானையின் ஒரு காலில் மட்டும் சங்கிலி கட்டப்பட்டு இருக்கிறது. முதுமலைக்குப் பக்கத்தில் மற்ற முகாம் யானைகள் கட்டப்பட்டிருக்கின்றன. முதுமலைக்கு மதம் பிடிக்கிற முதல் அறிகுறியை எப்படியோ மாவூத் கண்டறியாமல் விட்டு விடுகிறார். ஒரே ஒரு சங்கிலியால் கட்டப்பட்டிருக்கிற முதுமலை மதம் பிடித்ததின் காரணமாக ஆக்ரோஷமாக பிளிற ஆரம்பிக்கிறது. மதம் பிடிப்பதில் முதல் முக்கிய கோட்பாடே அடி, உதை, தூக்கிப் போட்டு மிதி என்பதே. ஒட்டு மொத்த முகாமும் பரபரப்பாகிறது. மற்ற மாவூத்துகள் பீதியாகிறார்கள். ஏனெனில் மதம் பிடித்த முதுமலைக்கு நேர் எதிரே கட்டப்பட்டிருந்தது விஜய்..

பொம்மராயன்

விஜய்யுடன் மோதிய முதுமலை கும்கி...

ஒரு காலில் மட்டும் செயின் கட்டப்பட்டிருந்ததால் செயினில் இருந்து விடுபட முதுமலை எவ்வளவோ முயற்சி செய்கிறது. அசம்பாவிதம் நடக்கப் போகிறது என்பதை யானை முகாமில் இருந்த எல்லோரும் உணர ஆரம்பிக்கிறார்கள். முதுமலையின் மாவூத் மாறன் பதறி அடித்து ஓடி வருகிறார். மாறன் முதுமலையை எச்சரிக்கிறார், குச்சியால் கட்டளைகளை இடுகிறார். ஆனால் எந்த மாற்றமும் நிகழவில்லை. அதற்குள் விஜய் யானையின் மாவூத்தும் விஜய்யை அங்கிருந்து அப்புறப்படுத்த முயல்கிறார். முதுமலையின் ஆக்ரோஷமான உடல் மொழியும், பிளிறலும் மாறனின் மனதிற்குள் பீதியை உண்டாக்குகிறது. வன ஊழியர்கள், மாவூத்துகள் என எல்லோரும் முதுமலையின் பின் இரு கால்களுக்கு செயினை மாட்டுவதில் குறியாக இருக்கிறார்கள். முதுமலை விஜய்யை பார்த்து அதிகமாக பிளிற ஆரம்பிக்கிறது. ஒரு மணி நேர இடைவெளியில் விஜய் மற்றும் மற்ற யானைகளை அவசர அவசரமாக அங்கிருந்து அழைத்துச் செல்கிறார்கள். பலகட்ட முயற்சிகளுக்குப் பிறகு முதுமலை யானையை செயினின் உதவியால் கட்டுக்குள் கொண்டுவருகிறார்கள். நினைத்ததைப் போல அன்றைய தினம் வேறெந்த அசம்பாவிதங்களும் நிகழவில்லை. ஒட்டு மொத்த யானை முகாமும்

நிம்மதியடைந்தது. ஆனால் அந்த நிம்மதி அதிக நாட்கள் நிலைக்கவில்லை. அதற்கான சூழ்நிலையை காலம் மீண்டும் வேறு ஒரு வகையில் உருவாக்கி கொடுத்தது. அடுத்து ஒரு மோதல் சூழ்நிலை அமைந்தால் இரு யானைகளுக்கும் அது நீயா? நானா? போட்டியாகத்தான் இருக்கும்.

யானைகள் முகாமில் மதம் பிடித்த யானையை ஆற்றிற்குப் பக்கத்தில் இருக்கிற மரத்தில் பதினைந்து மீட்டர் அளவுள்ள நான்கு பெரிய சங்கிலிகளால் கட்டி வைத்திருப்பார்கள். மரம் இருக்கிற இடத்திலிருந்து ஆற்றிற்கு வரும் அளவிற்கு சங்கிலியின் நீளம் இருக்கும். மரம், ஆறு ஆகிய இரண்டு இடங்களைத் தவிர வேறு எங்கும் யானையால் நகரவே முடியாது. யானைக்கு உணவை ஆற்றங்கரையின் ஓரத்தில் கொண்டு போய் வைத்து விடுவார்கள். தண்ணீர் அருந்திவிட்டு உணவை உண்கிற யானை மீண்டும் மரத்தின் பக்கத்திற்கு நகர்ந்தே சென்று விடும். மதம் பிடித்த யானை மீண்டும் இயல்பு நிலைக்கு திரும்ப மூன்று மாதங்களாகும். அதுவரை யானையை அந்த இடத்தில்தான் கட்டிவைத்து கவனித்துக் கொள்வார்கள். அது டிசம்பர் மாதம், திடீரென விஜய் யானைக்கு மதம் பிடிக்க ஆரம்பிக்கிறது. மதம் பிடித்திருந்த விஜய் யானையை ஆற்றின் ஓரத்தில் கட்டி வைத்திருந்தார்கள். அது மழைக்காலம் என்பதால் ஆற்றில் நீர் வரத்து அதிகமாக இருக்கிறது. விஜய் ஆற்றின் ஓரத்தில் நின்று கொண்டிருந்தது. அந்தச் சூழ்நிலையில் விஜய்க்கு எதுவும் அசம்பாவிதம் நடந்துவிடக் கூடாது என நினைக்கிற யானை மருத்துவர் விஜய்யை வேறு இடத்திற்கு மாற்றலாம் என முடிவெடுக்கிறார்.

மதம் பிடித்து கட்டி வைத்திருக்கிற விஜய்யை வேறு இடத்திற்கு மாற்றுவது அவ்வளவு எளிதான காரியமில்லை. மதம் பிடித்திருக்கும்

பொழுது யானை எதற்கும் ஒத்துழைக்காது. மாறாக பக்கத்தில் யார் சென்றாலும் முதலில் தாக்கவே முயற்சிக்கும். அப்படியிருக்கையில் எப்படி இன்னொரு இடத்திற்கு மாற்றுவது என யோசிக்கிறார்கள். கடைசியில் முதுமலை யானையை வைத்து விஜய்யை வேறு இடத்திற்கு மாற்றுவது என முடிவெடுக்கிறார்கள். இதைக் கேள்விப்படுகிற முதுமலை யானையின் மாவூத் மாறன் ''இந்த முயற்சி விபரீத விளைவை'' ஏற்படுத்துமென எச்சரிக்கிறார். மதம் பிடித்திருக்கும் யானையை முதுமலையை வைத்து இன்னொரு இடத்திற்கு மாற்ற முடியாது என எவ்வளவோ எடுத்துச் சொல்கிறார். ''பயப்படுகிறீர்களா மாறன்'' என அவரை நோக்கி கேள்வி எழுகிறது.

முதுமலை யானைக்கு 30 ஆண்டுகளாக மாவூத்தாக இருப்பவர் மாறன். இதற்கு முன்பே இரண்டு யானைகளும் பல முறை மோதிக்கொள்ள இருந்தன. மாவூத்துகளின் சாமர்த்தியத்தால் இது வரை எந்த அசம்பாவிதமும் நிகழாமல் இருந்தது. ஆனால் நிலைமை இப்போது சாதாரணமாக இல்லை. இரண்டு யானைகளும் மோதுவதற்கு சந்தர்ப்பம் பார்த்து காத்துக் கொண்டிருக்கின்றன. அதிலும் விஜய் யானைக்கு மதம் பிடித்திருக்கிறது. முதுமலை யானைக்கு ஏதாவது நிகழ்ந்து விடுமோ என மாறன் உள்ளுக்குள் கவலைப்படுகிறார். வன அதிகாரிகளும், மருத்துவரும் ஒரு வழியாகப் பேசி மாறனைச் சம்மதிக்க வைக்கிறார்கள். காலை 10 மணி, மழை தூரல் போட்டுக் கொண்டிருந்தது. ஆற்றில் நீர் அதிகமாக ஓடிக் கொண்டிருக்கிறது. மாறன், முதுமலை யானையை விஜய் இருக்கிற ஆற்றுப்பகுதிக்குக் கொண்டு வருகிறார். செயினை அவிழ்த்து விஜய்யை வேறு இடத்திற்கு மாற்ற முயற்சி நடக்கிறது. கால்கள் கட்டப்பட்டிருப்பதால் எளிதாக விஜய்யை வேறு இடத்திற்கு மாற்றி விடலாம் என தவறான முடிவை எடுக்கிறார்கள். மருத்துவர்கள், வன ஊழியர்கள், அதிகாரிகள் ஊர் மக்கள் என எல்லோரும் ஆற்றுக்கு மறு

பக்கம் நின்று கொண்டிருக்கிறார்கள். விஜய் ஆற்றின் ஓரத்தில் நின்று கொண்டிருக்கிறது. முதுமலையைப் பார்த்த விஜய் மூர்க்கமாகி பிளிறுகிறது. முதுமலை கோபப்படாமல் இருக்க அதனை மாறன் பேசி பேசி சாந்தப்படுத்துகிறார். விஜய்யின் நடவடிக்கையைப் பார்த்ததும், முதுமலையின் உடல் மொழி மாறுவதை அதன் மீது அமர்ந்திருக்கும் மாறன் உணர ஆரம்பிக்கிறார்.

சுற்றி நடக்கிற விஷயங்களைக் கவனிக்கிற விஜய் பிளிறிக் கொண்டே துள்ள ஆரம்பிக்கிறது. கால்கள் கட்டப்பட்டிருப்பதால் விஜய்யால் வேகமாக முன்னேற முடியவில்லை. விஜய்யின் நடவடிக்கையைப் பார்த்து அதுவரை அமைதியாக இருந்த முதுமலை கோபமாகிறது. மாறனின் கட்டுப்பாட்டை விட்டு கொஞ்சம் கொஞ்சமாக முதுமலை விலகி போக ஆரம்பிக்கிறது. மாறனின் கட்டளைகளை உதாசீனப்படுத்துகிறது. ஒரு சில நொடிகளில் ஆற்றில் நின்ற விஜய்யை நோக்கி ஆக்ரோஷமாக ஓடுகிறது. யானை மீது அமர்ந்திருந்த மாறன் என்ன செய்வதென தெரியாமல் குச்சியை வைத்து முதுமலையைக் கட்டுப்படுத்த முயல்கிறார். ஆனால் எந்தப் பயனுமில்லை.

நீண்ட தந்தங்களை கொண்ட முதுமலை விஜய்யை நேருக்கு நேர் தாக்க பாய்கிறது. நான்கு கால்களும் கட்டப்பட்டிருந்தாலும் விஜய்யும் ஆக்ரோஷமாக முதுமலையை எதிர்கொள்கிறது. இப்படி சூழ்நிலை மாறுமென யாரும் எதிர்பார்க்கவில்லை. ஆற்றிற்கு அருகில் நின்று கொண்டிருந்த மருத்துவர் அதிகாரிகள் எல்லோரும் முதுமலையைக் கட்டுப்படுத்தும்படி மாறனை நோக்கிக் கத்துகிறார்கள். அதற்குள் முதுமலை விஜய்யின் முன்னங்கால்களுக்கு இடையில் தந்தத்தால் வேகமாக குத்துகிறது. விஜய்யும் முதுமலையின் தலையில் வேகமாக மோதுகிறது. என்ன நடக்கிறது என யூகிப்பதற்குள் விஜய் நிலை தடுமாறுகிறது. ஓடுகிற நீரில் ரத்தம் கலந்திருப்பதை பார்த்தவர்கள்

அலற ஆரம்பிக்கிறார்கள். விஜய் யானை மெல்ல சாய்கிறது. முதுமலை விஜய்யின் அடிவயிறு பகுதியில் தந்தத்தால் குத்திக் கிழித்திருந்தது. மாறன் முதுமலையை அடக்க முயல்கிறார். ஆனால் விஜய்யைக் குத்துவத்திலே குறியாக இருக்கிறது. விஜய் அடிபட்டு கீழே விழுகிறது. குச்சியை வைத்து அடித்ததில் முதுமலை எந்த அசைவும் இல்லாமல் கோபத்தில் பிளிற ஆரம்பிக்கிறது. முதுமலையைக் கட்டுப்படுத்தா விட்டால் விஜய் யானையைக் கொன்று விடும் என மாறன் அஞ்சுகிறார்.

அப்போது மாறனுக்கு திடீரென ஒரு யோசனை தோன்றுகிறது. எப்போதும் யானைகளுக்குச் செடி கொடிகளை வெட்டுவதற்கு, முதுமலையைக் காட்டுக்குள் அழைத்து செல்வார். அப்போது செடிகளை வெட்டப் பயன்படும் கத்தியை முதுமலையின் தலை பகுதிக்கு மேலாக வைத்திருப்பார். பொறிதட்டி உடனே அந்தக் கத்தியை எடுத்து திருப்பி பிடித்து முதுமலையின் நெற்றி பகுதியில் வைத்து மூன்று நான்கு முறை குத்துகிறார். முதுமலை மாறனின் கட்டுப்பாட்டுக்குள் வருகிறது. அமைதியாக இரு என்கிற வார்த்தையை மிக சத்தமாக கட்டளையிடுகிறார். யானை அமைதியாகிறது. மிகப் பெரிய போராட்டத்திற்குப் பிறகு முதுமலையை அங்கிருந்து மாறன் அழைத்துச் செல்கிறார். விஜய்க்கு மருத்துவ சிகிச்சை நடக்கிறது. நிகழ்வை நினைத்து மாறன் வருத்தப்படுகிறார். மருத்துவரும் ஊழியர்களும் தவற்றை உணர்கிறார்கள். சுமார் 4 மாதங்கள் விஜய் மருத்துவ சிகிச்சையில் இருந்தது. சிகிச்சை முடிந்து விஜய் சகஜ நிலைக்குத் திரும்புகிறது. இரண்டு யானைகளும் ஒன்றை ஒன்று பார்த்து விடக் கூடாது என்பதால் முதுமலையை வேறு ஒரு முகாமிற்கு மாற்றுகிறார்கள். அதன் பிறகு இப்போது வரை இரண்டு யானைகளும் நேருக்கு நேர் சந்தித்துக் கொண்டதில்லை. ஆனால் சந்தர்ப்பம் பார்த்து காத்துக் கொண்டிருக்கின்றன.

ஜார்ஜ் அந்தோணி சாமி

பொம்மராயன்

காட்டு யானைக்கும் முதுமலைக்கும் நடந்த சேஸிங்!

முதலில் ஏன் காட்டு யானைகள் விவசாய நிலங்களுக்கும், கிராமத்துக்குள்ளும் வருகின்றன என்கிற ஒரு கேள்வி இருக்கிறது. அவற்றின் பதில் தெரிந்தால் மட்டுமே கும்கிகளின் தேவை குறித்து புரிந்துகொள்ள முடியும். ஏனெனில் ஒரு காலத்தில் கும்கியும் ஒரு காட்டு யானைதான். சந்தர்ப்பம் அமைந்தால் காட்டு யானையும் ஒரு நாள் கும்கிதான். ஒவ்வொரு யானைக் கூட்டத்துக்கும் ஒரு வழித்தடம் உண்டு. இந்த வழித் தடம் யானைகளின் ஜீன்களிலேயே இருப்பவை. அதன் தாய் எந்த வழியில் சென்றதோ அதே வழியில் அதன் பிள்ளைகளும் செல்லும். எங்கே நீர் கிடைக்கும், உணவு கிடைக்கும், ஆபத்துக்கு எங்கே சென்று ஒதுங்க வேண்டும் என்பதெல்லாம் தெரியும். இந்த ஆண்டு குறிப்பிட்ட இடத்தில் ஒரு யானைக் கூட்டத்தைப் பார்த்தால், மறுபடியும் அந்தக் கூட்டத்தை அடுத்த ஆண்டு அதே நாளில்தான் பார்க்க முடியும். ஒரு யானைக் கூட்டத்தின் பாதையை இன்னொரு யானைக் கூட்டம் ஒரு போதும் தொந்தரவு செய்யாது. அதனதன் வழித் தடத்தில்தான் தேவையான உணவு, நீர் ஆகியவற்றைத் தேடிக்கொள்ளும். வறட்சியான காலங்களில் உணவும் நீரும் கிடைக்காதபோதுதான் உணவையும் தண்ணீரையும் தேடி யானைகள் தடம் மாறுகிறது. 'எலிபெண்ட் காரிடார்' எனப்படும் அதன் வழக்கமான நடைபாதையை வேலி அமைத்துத் தடுப்பதால், ஒரு

நாளைக்கு 15 கிலோ மீட்டர் பயணித்து 250 கிலோ உணவு, 150 லிட்டர் தண்ணீர் அருந்த வேண்டிய யானை வேறு வழியில்லாமல் விவசாயத் தோட்டங்களுக்குள்ளும் ஊருக்குள்ளும் புகுந்துவிடுகிறது.பொதுவாக யானைகள் மனிதர்களைக் கண்டால் விலகிப் போய்விடும். ஆனால், பல கிலோ மீட்டர்கள் சுற்றித் திரிந்து எங்கே இருக்கிறோம் எனத் தெரியாமல் இருக்கிற நேரங்களில்தான் மனிதர்களுக்கு எதிரானத் தாக்குதல்களை அவை நிகழ்த்துகின்றன.

கும்கி யானைகளின் வேலை ஊருக்குள் வருகிற காட்டு யானைகளை விரட்டுவதுதான். கூட்டமாக இருக்கும் பெண் யானைகள் எப்போதும் கும்கி யானையைப் பார்த்தால் ஓடிவிடும். பெண் யானைகளை விரட்டுவதில் எந்தச் சிக்கலுமில்லை. ஏனெனில் அவை எப்போதும் குடும்பமாக இருப்பவை. குடும்பத்திற்கு எந்தச் சிக்கலும் வந்துவிடக் கூடாது என்பதில் பெண் யானைகள் கவனமுடன் இருக்கும். ஆனால் ஆண் காட்டு யானைகளுக்கு அப்படி குடும்பம் குட்டி என்று யாருமில்லை. பெண் யானை தலைமையில் குட்டியாக இருக்கிற ஆண் யானை 12 வயதாகும் பொழுது குடும்பத்திலிருந்து விரட்டப்படும். அதன் பிறகு அவை குடும்பத்தோடு சேர்வதேயில்லை. தனியாகவே காடுகளுக்குள் இருக்கிற ஆண் காட்டு யானைகள் மதம் பிடிக்கும் பொழுது மிகப் பெரிய அசம்பாவிதங்களை நிகழ்த்தும். மதம் பிடிக்கிற நேரங்களில் பெண் யானையோடு இணை சேர நடக்கிற சண்டையில் இன்னொரு ஆண் யானையைக் கொன்று விடுகிற யானை, இணைசேரும் பொழுது முரண்டு பிடிக்கும் பெண் யானைகளையும் குத்திக் கொன்றுவிடுகிற சம்பவங்களும் நிகழும்.தனியாக இருக்கிற ஆண் யானைகள் கும்கி யானையைக் கொண்டு விரட்டினால் அவ்வளவு எளிதில் பணிந்து ஓடிப் போகாது. அவற்றை விரட்ட மிகப் பெரிய போராட்டங்களைக் கும்கியும் மாவூத்துக்களும் சந்திக்க வேண்டி வரும்.

ஒரு முறை ஊருக்குள் புகுந்து விவசாய நிலங்களை அட்டகாசம் செய்த ஒரு காட்டு யானையை விரட்ட கூடலூர் மண்வயல் பகுதிக்கு முதுமலை கும்கி யானையை அழைத்துச் செல்கிறார்கள். காட்டு யானையைப் பார்த்த மாவூத் முதுமலையின் உதவியுடன் அதை துரத்துகிறார். காட்டு யானையை விரட்டிக் கொண்டு முதுமலை போய்க் கொண்டிருக்கிறது. காட்டு யானையும் பிளிறிக் கொண்டே ஓடுகிறது. பெரிய தந்தங்களை கொண்ட முரட்டு ஆண் யானை கும்கியை பார்த்து பயந்து ஓடுகிறது என மாறன் நினைத்துக் கொள்கிறார். அந்த நினைப்பு ஓரிரு நிமிடங்கள்தான் நிலைத்தது. திடீரென முன்னோக்கி சென்ற முதுமலை திடீரென நின்று தலையை ஆட்டுகிறது. மாறனின் உடல் வியர்க்க ஆரம்பிக்கிறது. ஏனெனில் ஓடிய காட்டு யானை முதுமலையை பார்த்து திரும்பி நின்று கொண்டிருந்தது.

காடு, மலை எனக் கடந்து வந்த ஒற்றை யானை எதற்கும் துணிந்தது. முதுமலை துரத்தியதில் அங்கே இங்கே என ஓடிக் கொண்டே இருந்ததில் அது சோர்வடைய ஆரம்பித்தது. இனி ஓட முடியாது என்பதை உணர்ந்த காட்டு யானை முதுமலையைப் பார்த்து திரும்பி நின்றது. மாறன் உள்ளுக்குள் பயத்தை வைத்துக்கொண்டு அதை வெளிக்காட்டாமல் முதுமலையின் மீது அமர்ந்திருக்கிறார். உண்மையில் உள்ளுக்குள் உதறலெடுக்க ஆரம்பிக்கிறது. காட்டு யானை மண்ணை அள்ளி தன் மீது போட்டுக்கொண்டு துரு துருவென நின்றது. சுமார் 30 காட்டு யானைகளுக்கு மேல் பிடிக்க முக்கிய காரணமாய் இருந்தது முதுமலை. அப்போதெல்லாம் உதவிக்கு ஒன்றோ இரண்டோ கும்கி யானைகள் உதவிக்கு இருந்தன. இப்போது அப்படி எதுவும் உதவிக்குப் பக்கத்தில் இல்லை. ஒன்று நேருக்கு நேராக யானையுடன் மோத வேண்டும், இல்லை, காட்டு யானையின் தாக்குதலில் இருந்து தப்பித்து பின்வாங்க வேண்டும். முகாமில்

இருக்கிற கும்கி யானைகளை எதிர்கொள்வது போல ஒற்றைக் காட்டு யானையை எதிர் கொள்ள முடியாது.

இந்த நேரத்தில் முதுமலையை வைத்து ரிஸ்க் எடுக்க முடியாது என்பதை மாறன் நன்கு அறிவார், சில ஆண்டுகளுக்கு முன்பு மதம் பிடித்திருந்த முதுமலையை ஒரு மரத்தில் கட்டி வைத்திருந்தார்கள். அப்போது கோபத்தில் பக்கத்திலிருந்த மூங்கில் மரத்தை உடைக்கும்போது மூங்கில் குத்தியதில் முதுமலையின் வலது கண் பார்வை பறி போயிருந்தது. இப்படியான சூழ்நிலையில் நேருக்கு நேர் காட்டு யானையை எதிர்ப்பது என்பது புத்திசாலித்தனம் இல்லை என்பதை உணர்கிறார். காட்டு யானை தாக்கிவிடும் என்று உறுதியாக நம்புகிறார். பின்னோக்கி வரும்படி மெதுவாக முதுமலைக்குக் கட்டளையிடுகிறார். முதுமலையும் மெல்லப் பின்னோக்கி நகர்கிறது. நல்ல வேலையாக மருத்துவர் குழுவும் வன அதிகாரிகளும் சம்பவ இடத்துக்கு வருகிறார்கள். காட்டு யானை மேற்கொண்டு முன்னேறாமல் அதே இடத்தில் நின்றது. சூழ்நிலை நமக்குச் சாதகமாக இல்லை என்பதை உணர்ந்த வனத்துறை மேலும் ஒரு கும்கி யானையைக் கொண்டு வந்து, பிறகு யானை காட்டுக்குள் விரட்டப்பட்டது. முதுமலை பத்திரமாக முகாமுக்குத் திரும்பியது. 1980-ம் ஆண்டிலிருந்து முதுமலைக்கு மாவூத்தாக இருந்த மாறன் 2012-ம் ஆண்டு ஓய்வு பெறுகிறார். இப்போதும் கும்கியாக பயன்படுத்தப்படும் முதுமலை யானை மாறனின் மகன் பொம்மனின் வசம் ஒப்படைக்கப்படுகிறது. முதுமலை இருக்கிற முகாமுக்கு அருகிலேயே மாறனுக்கு வீடு என்பதால் தினமும் வந்து முதுமலையைப் பார்த்து செல்கிறார். இப்போதும் மாறனின் கட்டளைகளுக்கு முதுமலை செவி சாய்க்கிறது.

பொம்மராயனுக்கு காணிக்கை செலுத்திய மாஷூத்..!

தாய் யானை குட்டி யானையை விட்டுப் பிரியவே பிரியாது, எப்போதும் தன்னுடைய கால்களுக்குள் வைத்துப் பாதுகாத்து அழைத்துச் செல்லும். தாய் யானையோடு இருக்கிற மற்ற யானைகளும் கவனத்துடன் குட்டி யானையைப் பார்த்துக்கொள்ளும். எதிரிகளால் ஏதேனும் அச்சுறுத்தல் ஏற்பட்டால் மொத்த யானைகளும் குட்டி யானையை நடுவில் வைத்து, சுற்றி நின்று பாதுகாக்கும். எதிரிகளை குழுவில் இருக்கிற ஒரு யானை மட்டும் முன்னோக்கி வந்து தும்பிக்கையை தூக்கி எச்சரிக்கும்.

முதுமலையில் ஒரு காட்டு யானைக் கூட்டத்தைச் சந்திக்கும்படியான சூழ்நிலை அமைந்தது. நான்கு காட்டு யானைகள் கூட்டமாக அங்கிருந்த தண்ணீர்த் தொட்டியில் நீர் அருந்திவிட்டு வந்திருந்தன. நாங்கள் சென்றிருந்த வாகனத்தைப் பார்த்ததும் இயல்புக்கு மாறாக நடந்துகொண்டன. நன்கு கவனித்துப் பார்த்ததில் கூட்டத்தில் குட்டி யானை ஒன்று இருந்தது. மொத்தக் கூட்டமும் குட்டி யானையைப் பாதுகாப்பதில் கவனமுடன் இருந்தன. கூட்டத்திலிருந்த ஒரு யானை எங்களை எச்சரிக்கும் விதமாக முன்னோக்கி வந்து தும்பிக்கையை தூக்கி எச்சரித்துவிட்டு மீண்டும் கூட்டத்தோடு போய்ச் சேர்ந்துகொண்டது. குட்டி யானை தாயின் கால்களுக்கு இடையே

பாதுகாப்பாய் இருந்தது. அவற்றைத் தேவையில்லாமல் அச்சுறுத்த வேண்டாமென்பதால் நாங்கள் அங்கிருந்து கிளம்பினோம். அப்போது எங்களை எச்சரித்த அதே யானை 'பயப்படாத ஒண்ணும் இல்லை' என்பது போல குட்டி யானையின் கண்களை தன்னுடைய தும்பிக்கையால் மூடி மறைத்தது. குட்டி யானை, அந்த யானைக் கூட்டத்துக்கு மத்தியில் பாதுகாப்பாய் இருந்தது.

குடும்பத்தைப் பாதுகாப்பதில் பெண் யானைகளுக்கே முக்கிய பங்கு இருக்கிறது. ஆண் யானையாகவே இருந்தாலும் ஒன்பதிலிருந்து பன்னிரண்டு வயது வரை கூட்டத்தில்தான் இருக்கும். ஆண் யானை பருவம் வந்ததும் கூட்டத்திலிருந்து துரத்திவிடப்படும் அல்லது தனியாக கிளம்பிவிடும். அது வரை தாய் மற்றும் குடும்பத்தால் பாதுகாக்கப்படும். ஒருவேளை தாய் யானை, குட்டி யானையைப் பிரிந்து விட்டால் வனத்துக்குள் தேட ஆரம்பிக்கும். குட்டி யானையின் வாசனையை முகர்ந்து அதன் பயண வழியில் பயணித்து தேடும். தாயிடமிருந்து பிரிகிற குட்டி யானை வழி தவறி தோட்டத்துக்குள்ளும், கிராமங்களுக்குள்ளும் வந்துவிடும். அப்படியான நேரங்களில் குளத்திலும், குழியிலும் விழுந்து விடும். யானைக் குட்டி குழியில் விழுந்த தகவல் அறிகிற வனத்துறையினர் குட்டியை மீட்டு சிகிச்சையளித்து மீண்டும் வனத்துக்குள் விடுவார்கள். தாயைத் தேடி வனத்துக்குள் செல்கிற குட்டி யானையை எந்த யானைக் கூட்டமும் சேர்த்துக்கொள்ளாது. காரணம் குட்டி யானையின் மீது வரும் மனித வாசனை.

முதுமலை முகாமில் காட்டில் பிடிக்கப்பட்ட யானைகள் தவிர்த்து, முதுமலையில் பிறக்கிற குட்டி யானைகளுக்கும் ஆரம்பத்தில் இருந்தே கும்கி பயிற்சி கொடுக்கப்படுகிறது. முகாமில் பிறக்கிற குட்டி யானைகள் தவிர்த்து, வெளியிலிருந்து முகாமுக்கு வந்து சேர்கிற குட்டி யானைகளின் கதைகள் எல்லாம் சுவாரஸ்யமானவை. முகாமிலிருக்கிற

தாய் யானையை, குட்டி யானையின் பயிற்சிக்காகப் பிரித்து வேறொரு முகாமுக்கு மாற்றி விடுவார்கள். அப்போது தாய் யானை மிகப் பெரிய சம்பவத்தை நிகழ்த்தும். அவ்வளவு எளிதில் அதனிடமிருந்து குட்டியைப் பிரித்துவிட முடியாது. முன் இரு கால்களும் கட்டப்பட்டு, நான்கு கும்கி யானைகளின் துணையுடன் தாயைக் குட்டியிடமிருந்து பிரித்து வேறொரு முகாமுக்குக் கொண்டு செல்வார்கள். குட்டி யானையை ஒரு மாதம் தாயிடமிருந்து பிரிந்துவிட்டாலே குட்டியை மீண்டும் தாய் தன்னோடு சேர்த்துக் கொள்ளாது. முகாமில் இருக்கிற குட்டியும் ஒரு மாதத்தில் தாயை மறந்துவிடும். யானைகளுக்கே இருக்கிற இயற்கையான குணம் என்பதால், காட்டு யானைகளும் மனித வாசனை குட்டி யானையின் மீது இருந்தால் மீண்டும் தன்னோடு சேர்த்துக் கொள்ளாது. அதனால்தான் குழிகளில் விழுந்த அல்லது தாயிடமிருந்து பிரிந்த குட்டிகளை கைப்பற்றுகிற வனத்துறை, சிகிச்சையளித்து பின்னர் அதன் உடலில் மண்ணையும் சகதியையும் பூசி மீண்டும் காட்டுக்குள் விடுவார்கள். ஆனாலும் மனித வாசனையைக் கண்டுகொள்கிற தாய் குட்டியை மீண்டும் சேர்த்துக்கொள்வதில்லை. அப்படி 2017 ஆம் வருடம் மே மாதம் 27ம் தேதி கிருஷ்ணகிரி மாவட்டம் தேன்கனிக்கோட்டை அய்யூர் என்ற கிராமப் பகுதியில் தாயைப் பிரிந்த குட்டி யானை ஒன்று உடம்பில் காயங்களுடன் சுற்றித் திரிந்தது. தகவலறிந்த வனத்துறை குட்டி யானையை மீட்டு தங்கள் பாதுகாப்பில் வைத்தனர். யானையைப் பராமரித்து பழக்கமில்லாத வனத்துறையினர், அந்தக் குட்டி யானையைப் பராமரிக்க முதுமலை புலிகள் சரணாலயத்திலிருந்து மாவூத் ஒருவரை அனுப்பும்படி வனத்துறைக்கு கோரிக்கை வைக்கிறார்கள். முதுமலை கள இயக்குநர் குட்டி யானையை பார்த்துக்கொள்ள பொம்மன் என்கிற மாவூத்தை அய்யூருக்கு அனுப்பி வைக்கிறார். முதுமலையில் முப்பது ஆண்டுகளாக மாவூத்தாக இருப்பவர் பொம்மன்.

பொம்மன் போய்ப் பார்த்தபொழுது குட்டி யானை உடல் முழுதும் செந்நாய்கள் கடித்த காயங்களுடன் இருந்தது. செந்நாய்கள் கடித்ததில் குட்டி யானையின் கால்கள் உடல் பகுதி போன்ற இடங்களில் காயம் இருந்தது. சிகிச்சையளித்து அதன் உடல் ஆரோக்கியத்தைச் சீராக்கினால் மட்டுமே மேற்கொண்டு அந்த குட்டி யானையை வேறு இடத்துக்கு அழைத்துச் செல்ல முடியும். குட்டி யானைக்குத் தேவையான அனைத்துப் பணிகளையும் பொம்மன் கவனித்துக்கொள்கிறார். கால்நடை மருத்துவர் பிரகாஷ் என்பவரும் உடனிருந்து சிகிச்சையை மேற்கொள்கிறார். குட்டி யானை மிகவும் சோர்வாக காணப்படுகிறது. தன்னுடைய அம்மா மற்றும் குடும்பத்தை பறிகொடுத்த சோகம் அதன் கண்களில் இருக்கிறது. குட்டியின் நிலையைப் பார்த்து வருந்துகின்ற பொம்மன், மொத்த காயங்களையும் குணப்படுத்தி தன்னோடு முதுமலைக்கு அனுப்பி வைத்தால் நேர்த்திக்கடன் செலுத்துவதாக கடவுளிடம் வேண்டிக்கொள்கிறார். இரவு பகலென கண்விழித்து கண்ணும் கருத்துமாக பொம்மன் பார்த்துக்கொள்கிறார்.

சுமார் ஒரு மாத சிகிச்சையில் குட்டி யானை ஆரோக்கியமான நிலைக்குத் திரும்புகிறது. குட்டி யானை பொம்மனிடம் நெருங்கிப் பழக ஆரம்பித்ததும் லாரியின் மூலம் முதுமலை தெப்பக்காடு முகாமுக்குக் கொண்டு வருகிறார்கள். கால்நடை மருத்துவர் பிரகாஷும் உடன் வருகிறார். ஆரோக்கியத்தோடு குட்டி யானையை முதுமலைக்கு அழைத்து வந்ததும் முதல் வேலையாக நேர்த்திக்கடனை நிறைவேற்றுகிறார் பொம்மன். ஆயிரம் ரூபாய் மதிப்புள்ள ஒரு வேல் ஒன்றை வாங்கி அவர்களின் குலதெய்வமான பொம்ம ராயருக்கு காணிக்கை செலுத்துகிறார். பொம்ம ராயன், பொம்மத் தேவர் என்பதெல்லாம் யானைகளைக் குறிக்கும் அவர்களின் குல தெய்வங்கள்.

தெப்பக்காட்டில் இருக்கிற முகாமில் குட்டி யானை வைத்துப் பராமரிக்கப்படுகிறது. குட்டி யானைகளுக்கு என்றே தனியாக சிறிய கரோல் ஒன்றை தெப்பக்காடு முகாமில் உருவாக்கி இருக்கிறார்கள். குழந்தையைப் பராமரிப்பதைப்போல மிகுந்த கவனமுடன் குட்டி யானை பராமரிக்கப்படுகிறது. பொம்மனும் அவரது மனைவி பெள்ளியும் குட்டி யானையைக் கவனித்து கொள்கிறார்கள். . யானை பசும்பால் குடிக்காது என்பதால் குழந்தைங்களுக்குக் கொடுக்கக்கூடிய 'லேக்டோஜென்' பால் பவுடரை கலக்கிக் கொடுக்கிறார்கள். ஒரு நாளைக்கு குறைந்த பட்சம் 15 லிட்டர் பால் கொடுக்க வேண்டும். பசிக்கும் போதெல்லாம் குழந்தையைப் போல கத்தி பசியை தெரியப்படுத்தும். ஒவ்வொரு முறையும் ஒரு லிட்டர் பால் கொடுத்தாக வேண்டும். பால் பவுடர் கலக்குவதை பார்த்துவிட்டால் குட்டி யானை துள்ளிக் குதிக்க ஆரம்பித்துவிடும். தேங்காயைத் துருவி அதன் துருவலை கலந்து குட்டி யானைக்கு உணவாகக் கொடுக்கிறார்கள். பொம்மனோடு எப்போதும் இருப்பதால் குட்டி யானை எந்தத் தொந்தரவுகளையும் கொடுப்பதில்லை. பொம்மனின் கட்டளைகளுக்குக் கட்டுப்பட்டு நடக்கிறது. காலை மாலை எனக் குட்டி யானையைக் குளிக்க வைக்கிறார். இரவு நேரங்களில் கரோலில் அடைத்து வைக்கப்படுகிறது. பொம்மன் அதற்குப் பக்கத்திலேயே படுத்துக் கொள்கிறார். குட்டி யானைக்கு ஏதாவது தேவை என்றால் பொம்மன் இருக்கிற இடம் பார்த்து பிளிறும். அல்லது பொம்மனின் கையையும் காலையும் பிடித்து இழுத்துத் தெரியப்படுத்தும். குட்டிக்கு ரகு என பெயரிடுகிறார்கள்.

ரகு யானைக்கு இரண்டரை வயதாக இருக்கும் போது, 2019 ஆண்டு செப்டம்பர் மாதம் 26ம் தேதி, ஈரோடு மாவட்டம் சத்தியமங்கலம் வனப்பகுதியில் 'முருகர் கரடு' என்னும் பகுதியில் ஒரு வயதே ஆன பெண் யானைக் குட்டி இருப்பதாக வனத்துறையினருக்குப் பொதுமக்கள் தகவல் தெரிவிக்கிறார்கள்.

சம்பவ இடத்திற்கு வந்த வனத்துறையினர், அந்த குட்டிப் பெண் யானையை அழைத்துச்சென்று காட்டினுள் விட்டிருக்கின்றனர். அடுத்த இரண்டு நாள்களிலேயே அது திம்பம் வனப்பகுதியிலுள்ள சாலைகளில் உடல் மெலிந்து அலைந்திருக்கிறது. அந்தக் குட்டி யானையை மீட்ட வனத்துறையினர், சத்தியமங்கலம் வனக் கால்நடை மருத்துவமனையில் சேர்த்திருக்கின்றனர். உடலில் சிறு சிறு காயங்களுடன் இருந்த குட்டிக்கு கால்நடை மருத்துவர் அசோகன் சிகிச்சை அளித்து பாதுகாப்பாகப் பார்த்துக் கொண்டார். மாலை நேரங்களில் அதனை வாக்கிங் அழைத்து செல்வதென இருந்ததால் குட்டி யானை அவரோடு பின்னி பிணைய ஆரம்பித்தது. அதற்கு அப்போதைக்கு அம்மு குட்டி என பெயர் வைத்து அழைத்தார்கள். அதன் உடல்நிலை சீரானதும் அக்டோபர் மாதம் 23ம் தேதி முதுமலைக்கு கொண்டு வரப்பட்டது. அந்த குட்டி யானையும் பொம்மனிடமே ஒப்படைக்கப்பட்டது. அதற்கு இப்போது பொம்மி என பெயர் சூட்டி இருக்கிறார்கள். ஐந்து வயதான ரகுவும், இரண்டு வயதான பொம்மியும் பொம்மன் வசமே உள்ளன.

பொம்மன் திண் சுள்ளி கொம்பன்

முதுமலையில் இருக்கிற பெண் யானை ரதி. அதுவாக இதுவரை குட்டிகளை ஈன்றதில்லை. ஆனால், முதுமலைக்கு வருகிற குட்டி யானைகளை வளர்த்தது ரதி யானைதான். நடிகர் ரஜினிகாந்தின் அன்னை ஓர் ஆலயம் திரைப்படத்தில் நடித்தது இந்த ரதி யானைதான். முதுமலையில் வளர்ப்பு யானைகளை இரவில் அவிழ்த்து விட்டு விடுவார்கள். காலையில் அதன் மாவூத் சென்று அழைத்து வருவார். ரதி யானையும் இரவு நேரங்களில் காட்டுக்குள் சென்று விடும். விடியற்காலையில் மீண்டும் முகாமுக்குத் திரும்பி விடும். பல நாள்களாகக் காடுகளுக்குள் போவதும் வருவதுமாக இருந்த ரதி யானை ஒரு நாள் திரும்பி வரும் பொழுது மூன்று வயது ஆண் காட்டு யானைக் குட்டி ஒன்றை அழைத்துக்கொண்டு வந்தது.

வன அதிகாரிகள் அந்தக் குட்டி யானையை மீண்டும் காட்டுக்குள் அனுப்பி வைக்கிறார்கள். காட்டுக்குள் போகிற குட்டி யானை மீண்டும் அடுத்த நாள் ரதியோடு திரும்பி வந்தது. ரதி யானை குளிப்பது, உணவருந்துவது என வேடிக்கை பார்க்கிற குட்டியானையை மீண்டும் வனத்துக்குள் அனுப்புகிறார்கள். ரதியோடு காட்டுக்குள் போகிற குட்டி யானை காட்டுக்குள் போகாமல் அடுத்த நாள் மீண்டும் ரதியோடு வந்துவிட்டது. வனத்துறை அதிகாரிகள் முதுமலையிலிருக்கிற மாவூத்துகளை அழைத்துப் பேசுகிறார்கள்.

காட்டு யானைக்குட்டியைப் பிடித்து முகாமில் வளர்க்கக் கூடாது; மீண்டும் அதை எப்படியாவது காட்டுக்குள் கொண்டு போய் விடுங்கள் எனத் தமிழக வனத்துறை அறிவுறுத்துகிறது. முதுமலையின் தெற்கே இருந்த இன்னொரு மலையில் கொண்டு போய் விட்டு விடுவதென முடிவெடுக்கிறார்கள். ஆனால், போக மாட்டேன் என முரண்டு பிடிக்கிற குட்டி யானையை யார் மலை தாண்டி கொண்டு போய் விடுவதெனக் கேள்வி எழுகிறது. கதையில் அடுத்து என்ன நடக்கப் போகிறது எனத் தெரியாமல் இருக்கிற ரகசியம்தான் பிறகு நடக்கிற எல்லா நிகழ்வுகளையும் சுவாரஸ்யமாக்குகிறது. அந்தப் பொறுப்பை அனுபவம் வாய்ந்த மாஹூத்திடம் ஒப்படைக்க வனத்துறை முடிவு செய்கிறது. கடைசியில் அந்தப் பொறுப்பு கிருமாறன் கைகளில் வந்தடைகிறது. அப்போது கிருமாறனின் வலது கையாக சுப்பிரமணி கும்கி யானை இருந்தது.

குட்டி யானையை சங்கிலியால் கட்டி இழுத்துச் சென்று அடர் வனத்துக்குள் விட்டுவிட்டு வர அதன் கழுத்தில் சங்கிலி போடப்பட்டது. குட்டியை மீண்டும் காட்டுக்குள் அனுப்புவதில் ரதி யானை வடிவில் புது சிக்கல் வந்தது. குட்டியை பிரிய மனமில்லாமல் அதன் கூடவே ரதி இருந்தது. குட்டியை பிரிய முடியாமல் கத்தி கூச்சல் போட ஆரம்பித்தது. முகாமில் இருந்த கும்கி யானைகளைப் பயன்படுத்தி முதலில் குட்டியை ரதியிடமிருந்து பிரித்தார்கள். ரதிக்கும் குட்டி யானைக்கும் இடையில் இருக்கிற பிணைப்பைப் பார்க்கிற கிருமாறன் அங்கிருந்த வனத்துறை அதிகாரிகளிடம் ''சார் நீங்க எங்க கொண்டு போய் விட்டாலும் மூன்று மணி நேரத்துல திரும்பவும் இங்க வந்துவிடும்'' என்கிறார். ஆனால், வனத்துறை அதிகாரிகள் குட்டி யானை மீண்டும் வராது என அடித்துச் சொல்கிறார்கள்.

அன்றைய தினம் காலை 9 மணிக்கு குட்டி யானையை சுப்பிரமணி யானை வலுக்கட்டாயமாகக் காட்டுக்குள் கட்டி இழுத்துச் செல்கிறது.

சுமார் நான்கு மணி நேரக் காட்டு பயணத்துக்குப் பிறகு முதுமலைக்கு தெற்கே இருக்கிற ஒரு மலையைத் தாண்டி குட்டியை விட்டு விட்டு கிருமாறன் முகாமுக்குத் திரும்புகிறார். அன்றைய மாலை ஐந்து மணிக்கு முகாம் யானைகளுக்கு உணவு வழங்கப்படுகிறது.

கிருமாறன் சொன்னது போலவே 5:30 மணிக்கு குட்டி யானை முதுமலை முகாமுக்குத் திரும்பி ஒட்டுமொத்த முகாமுக்கு அதிர்ச்சியளித்தது. ரதியோடு மீண்டும் சேர்ந்துகொண்டது. குட்டி முதன் முதலில் முகாமுக்கு வந்த நாள்களில் கொண்டு போய் காட்டுக்குள் விட்டிருந்தால் மீண்டும் முகாமுக்கு வராமல் இருந்திருக்கும். ஆனால், நான்கைந்து மாதங்களாக அது முகாமுக்கு வருவதும் ரதியோடு இருப்பதுமாக இருந்ததால் முகாம் வாழ்க்கைக்குப் பழகி இருந்தது. திரும்பி வந்த குட்டியால் வனத்துறை அதிகாரிகள் என்ன செய்வது எனக் குழம்புகிறார்கள். மீண்டும் காட்டுக்குள் கொண்டு போய் விட்டுப் பயனில்லை என்பதை உணர்கிற அதிகாரிகள் குட்டியை முகாமில் வளர்ப்பது என முடிவெடுக்கிறார்கள். ஒரு வாரத்துக்குள் குட்டியை கூண்டுக்குள் வைத்து பயிற்சியை ஆரம்பிக்க வேண்டுமென முடிவு செய்கிறார்கள். முதுமலையில் இருக்கிற சிறிய மரங்களைக் கொண்டு சிறிய கரோல் ஒன்று குட்டி யானைக்காக கிருமாறன் தயார் செய்கிறார். குட்டி யானைக்கு தற்காலிக மாவூத்தாக 19 வயது சேத்தன் என்பவர் நியமிக்கப்படுகிறார். குட்டி யானைக்கு பொம்மன் என பெயரிடுகிறார்கள்.

பயிற்சி ஆரம்பித்த சில நாள்களில் சேத்தனின் பயிற்சியில் பொம்மனிடம் எந்த முன்னேற்றமும் இல்லாமலிருப்பதைக் கவனிக்கிற வனத்துறை பொம்மனுக்கு கும்கி பயிற்சி கொடுக்க கிருமாறனையும் அதன் கூடுதல் மாவூத்தாகவும் நியமிக்கிறது. கிருமாறனின் பயிற்சியில் பொம்மன் கொஞ்சம் கொஞ்சமாக கும்கி யானையாக மாற்றப்பட்டது. 2013-ம் ஆண்டு முழு கும்கியாக பொம்மன் மாறியது.

ஆனாலும் பொம்மனை வைத்து எந்தக் காட்டு யானையையும் இது வரை பிடித்ததில்லை. மற்ற கும்கி யானைகளுக்கு உதவியாக மட்டுமே பயன்படுத்தப்பட்டு வந்தது.

2016-ம் ஆண்டு ஏப்ரல் மாதம் நீலகிரி மாவட்டம் கூடலூர் பிதர்காடு பகுதியில் ஆண் காட்டு யானை ஒன்று குடியிருப்புப் பகுதிக்குள் புகுந்து 2 தொழிலாளர்களை அடித்துக் கொன்றது. சுள்ளி கொம்பன் (சிறிய தந்தம் கொண்ட) யானையைப் பிடித்தால் மட்டுமே இறந்தவரின் உடலைப் பெறுவோம் என ஊர் மக்கள் போராடுகிறார்கள். கடையடைப்புகள் நடக்கிறது. வேறு வழியின்றி காட்டு யானையைப் பிடிக்கும்படி அரசு உத்தரவிடுகிறது. காட்டு யானையை கும்கிகள் உதவியுடன் பிடிப்பது என வனத்துறை முடிவு செய்கிறது. எத்தனையோ கும்கிகள் முதுமலையில் இருக்க அந்தக் காட்டு யானையைப் பிடிக்கிற அசைன்மெண்ட் பொம்மனுக்குக் கிடைக்கிறது. பொம்மனின் மாவூத்தாக அப்போது ஓ. மாதன் என்பவர் பணியில் இருந்தார். மிகப் பெரிய எதிர்பார்ப்புடன் காட்டு யானையைப் பிடிக்க பிதர்காட்டுக்கு கிளம்புகிறது பொம்மன்.

2016-ம் ஆண்டு ஏப்ரல் மாதம் 3-ம் தேதி பொம்மனும் அதற்கு உதவியாக ஜம்பு, கும்கி யானைகள் சம்பவ இடத்துக்குக் கொண்டு செல்லப்படுகின்றன. கிருமாறனையும் வனத்துறை உடன் அழைத்துச் சென்றிருந்தது. வனத்துறையினர் 5 குழுக்களாக பிரிந்து கால்நடை மருத்துவர் மனோகரன் உதவியுடன் தேடுதல் வேட்டையில் ஈடுபட்டனர். எலியாஸ்கடை எனும் பகுதிக்கு அருகே உள்ள வனப்பகுதியில் காட்டு யானை இருப்பதை உறுதி செய்கிறார்கள்.

காட்டு யானையை, பார்த்தவுடன் பிடித்துவிட முடியாது. அதன் குண நலன்களை முதலில் ஆராய வேண்டும். பிறகு காட்டு யானையை சமவெளிப் பகுதிக்குக் கொண்டுவரவேண்டும். காட்டு யானையைப்

பிடிக்கிற இடத்துக்குப் பக்கத்தில் ஆறுகளோ குழியோ இல்லாமல் பார்த்துக்கொள்ள வேண்டும். ஏனெனில் யானையைப் பிடிப்பதற்கு முன்பு யானைக்கு மயக்க ஊசியைச் செலுத்தப்பட, மயக்க ஊசி செலுத்திய யானை சூழ்நிலையைக் கருதி தப்பி ஓடவே பார்க்கும். யானையின் உடல் பயத்தில் சூடாக ஆரம்பித்தால் மயக்க ஊசி வேகமாக வேலை செய்ய ஆரம்பிக்கும். அப்படி வேலை செய்ய ஆரம்பித்தால் யானை எந்த இடத்தில் வேண்டுமானாலும் மயக்கம் போட்டு விழலாம். அதனால் யானையை சமவெளிப் பகுதிக்கு விரட்டிக்கொண்டு வருவார்கள். எப்பொழுதும் யானையைப் பிடிப்பதற்கு முன்னால் இதையெல்லாம் கருத்தில் கொண்டு முதல் இரண்டு நாள்களுக்கு கும்கி யானையைக் கொண்டு காட்டு யானையைக் கவனிப்பார்கள். பொம்மனும் அப்படி யானையைப் பிடிப்பதற்கு நான்கு நாள்களுக்கு முன்பே சம்பவ இடத்துக்குக் கொண்டு சென்று காட்டு யானையின் வழித்தடம், அதன் குண நலன்களைக் கவனித்தார்கள்.

இரவு நேரத்தில் யானை இருக்கிற திசையில் பயணிக்கிறார்கள். மிகுந்த கவனமுடன் செயல்பட வேண்டும், ஏனெனில் பதுங்கியிருந்து யானை தாக்குவதற்கான வாய்ப்பும் இருக்கிறது. குடியிருப்புப் பகுதிக்குள் காட்டு யானை வருகிற பாதைக்குப் பக்கத்தில் தினமும் இரவில் கும்கி யானைகளைக் கட்டி வைக்கிறார்கள். காட்டு யானையின் நடவடிக்கைகளை கவனித்துக் கொண்டிருக்கும்பொழுது யாரும் எதிர் பார்க்காத நிகழ்வு ஒன்று நடக்கிறது. பொம்மனுக்குத் துணையாக வந்த ஜம்பு யானைக்கு மதம் பிடிக்க ஆரம்பித்தது. அடுத்த நாள் காட்டு யானையைப் பிடித்துவிடலாம் என முடிவெடுத்திருந்த வனத்துறைக்கு இது இடியாக அமைந்தது. ஜம்புவை குளிர்விக்கும்படியான உணவுகள் கொடுக்கப்படுகின்றன. ஆனாலும் ஜம்புவை கட்டுப்படுத்த முடியவில்லை. அங்கிருக்கிற ஒரு மரத்தில் ஜம்புவை கட்டி வைத்து

அதன் நடவடிக்கைகளையும் கவனித்துக் கொண்டிருந்தார்கள். திட்டமிட்டபடி காட்டு யானையைப் பிடித்தே தீருவது என முடிவு செய்த வனத்துறை, ஜம்பு யானைக்கு மாற்றாக சாடிவயல் யானைகள் முகாமிலிருந்து உடனே சுஜய் என்கிற கும்கி யானையைக் கூடலூருக்கு வரவழைக்கிறார்கள்.

அன்றைய தினம் மாலை நேரத்தில் சுஜய் யானை வந்து சேருகிறது. இரவு யானையைப் பிடிப்பது என ஒட்டு மொத்த குழுவும் தயாராகிறது. இரவில் காட்டு யானையைப் பிடிப்பது சாதாரண காரியமல்ல. இரவு 10 மணிக்கு மேல் காட்டு யானை குடியிருப்புப் பகுதிக்கு வருகிறது. கும்கி யானைகளின் ஒருகால் சங்கிலியால் அங்கிருந்த மரத்தில் கட்டப்பட்டிருக்கின்றன. குடியிருப்புப் பகுதியை நெருங்கும்பொழுது ஊசி மூலம் பிடித்துவிடலாம் எனப் பொறுமை காக்கிறார்கள். கால்நடை மருத்துவர்கள் மயக்க ஊசியுடன் காத்திருக்கிறார்கள். எப்படியும் காட்டு யானையைப் பிடித்துவிடுவோம் என்கிற நம்பிக்கையில் கிருமாறனை காட்டு யானைக்கான கரோலை (கூண்டை) தயாரிக்கச் சொல்லி அனுப்புகிறார்கள். கிருமாறனும் உடனே அங்கிருந்து முதுமலை யானைகள் முகாமுக்குக் கிளம்புகிறார். எல்லோருக்கும் என்ன நடக்கப் போகிறது என்கிற பயம் இருந்தது, அன்றைய இரவு சுமார் 10:45 மணிக்கு கும்கி யானைகள் கட்டப்பட்டிருக்கும் இடத்துக்குக் காட்டு யானை வருகிறது. ஏற்கெனவே 2 பேரை கொன்றிருக்கிறது. எனவே, மொத்தக் குழுவும் கூடுதல் கவனமெடுத்து அதன் நடவடிக்கையை கவனித்துக்கொண்டே இருக்கிறார்கள். யானை நேராக கும்கி யானைகள் கட்டியிருக்கும் இடத்துக்கு வந்து பொம்மனுக்குப் பக்கத்தில் நிற்கிறது. எல்லோருக்கும் 'பக் பக்' என இதயம் துடிக்க ஆரம்பிக்கிறது. ஏனெனில் கும்கி யானைகள் இரண்டும் ஒரு மரத்தில் கட்டி வைக்கப்பட்டிருக்கிறது. தூரத்தில் கட்டி வைக்கப்பட்டிருந்த மதம் பிடித்த ஜம்பு யானை

பிளிறிக்கொண்டே இருந்தது. காட்டு யானை குடியிருப்புப் பகுதிக்குள் நுழையும்பொழுது பிடிக்கலாம் என்பதே திட்டம். ஆனால், நடப்பதோ வேறு. காட்டு யானை நெருங்க நெருங்க பொம்மன் தன்னுடைய உடல் மொழியை மெல்ல மாற்ற ஆரம்பிக்கிறது. ஊர் மக்கள் காட்டு யானையான சுள்ளி கொம்பனை ஆக்ரோஷமான யானை எனச் சொல்லியிருந்தார்கள், ஏதேனும் அசம்பாவிதம் நிகழுமோ என அஞ்சுகிறார்கள். ஆனால், காட்டு யானை பொம்மனுக்குப் பக்கத்தில் வந்து அமைதியாய் நின்றது. நேரம் கடந்துகொண்டே இருந்தது காட்டு யானை எங்கும் நகரவில்லை. 12, 1, 2 என நேரம் போய்க் கொண்டிருக்கிறது. அது வரை பொறுமையாய் இருந்த வனத்துறையும் மருத்துவரும் யானையை ஊசி மூலம் பிடிக்கலாம் என முடிவெடுக்கிறார்கள். விடிய ஆரம்பித்தால் மக்கள் கூட்டம் கூடிவிடும் எனச் சொல்லி, விடியற்காலை சரியாக 4.30 மணிக்கு முதல் மயக்க ஊசியைக் காட்டு யானைக்குச் செலுத்துகிறார்கள். காட்டு யானையின் உடல் மெல்ல அசைந்து கொடுக்கிறது. எச்சரிக்கையாகப் பொம்மனின் கால் சங்கிலியை அதன் மாவூத் ஓ. மாதன் அவிழ்த்து விடுகிறார்.

யானை ஊசி வாங்கியதால் முரண்டு பிடிக்க ஆரம்பிக்கிறது. உடனே பொம்மன் யானையை விட்டு காட்டு யானையைப் பிடிக்க முயல்கிறார்கள். காட்டு யானை பொம்மனை தன்னுடைய தும்பிக்கையால் தாக்குகிறது. பொம்மனும் தன்னுடைய முன் இரு தந்தங்களால் காட்டு யானையை முட்டித் தள்ளுகிறது. சில நிமிடங்களில் மயக்க ஊசியின் விளைவால் தள்ளாட ஆரம்பிக்கிறது. இதுதான் சமயம் எனப் பொம்மன் அதன் ஆதிக்கத்தைச் செலுத்துகிறது. காட்டு சுள்ளி கொம்பன் எதிர்பார்த்த எந்த எதிர்ப்பும் இல்லாமல் மயங்கி விழுகிறது. காட்டு யானையின் கால்களை சங்கிலியால் கட்டுகிறார்கள். முதுமலை யானைகள் முகாமுக்கும் தகவல் தெரிவிக்கப்படுகிறது. இவ்வளவு எளிதில் யானை சரணடையுமென்று

யாரும் எதிர்பார்க்கவில்லை. பொழுது விடிய ஆரம்பித்ததும் சுள்ளிக் கொம்பனைப் பிடித்துவிட்டார்கள் என்கிற தகவல் ஒட்டுமொத்த கூடலூருக்கும் பரவுகிறது. ஊர் மக்கள் பிடிபட்ட காட்டு யானையைப் பார்க்க வர ஆரம்பிக்கிறார்கள். பித்தர்காடு, சேரம்பாடி, எலியாஸ்கடை எனச் சுற்றியிருந்த ஊர் கிராம மக்கள் நிம்மதி பெருமூச்சு விடுகிறார்கள்.

அந்த நிம்மதி அதிகபட்சமாக ஒரு மணி நேரம் கூட நிலைக்கவில்லை. யானையைப் பார்க்க வந்திருந்த பலரும் கேட்ட ஒரே கேள்வி 'சுள்ளி கொம்பன் எங்க?' அந்த கேள்வியில் ஒட்டுமொத்த குழுவும், அதிர்ந்து போனார்கள், ஏனெனில் விடிய விடிய காத்திருந்து வனத்துறை பிடித்தது சுள்ளிக் கொம்பனை அல்ல..

2 கும்கி... ஒரு ஜேசிபி...
அடங்காத சுள்ளிக் கொம்பன்!

சுள்ளிக் கொம்பன் பிடிபட்டதைக் கேள்விப்பட்ட உள்ளூர் மக்கள் யானையைப் பார்க்க சம்பவ இடத்துக்கு வந்தார்கள். இது சுள்ளிக் கொம்பன் அல்ல, உண்மையான சுள்ளிக் கொம்பன் இப்படித்தான் இருக்குமென நான்கைந்து பேர் சில புகைப்படங்களைக் காட்டுகிறார்கள். அதுவரை சுள்ளிக் கொம்பனைப் பிடித்து விட்டோமென பெருமிதத்தில் இருந்த ஒட்டுமொத்த குழுவும் பீதியாகிறார்கள். சுள்ளிக் கொம்பன் என நினைத்து மயக்க ஊசி செலுத்தியிருந்த யானை, சங்கிலிகளால் கட்டப்பட்டு லாரியில் ஏற்றி முதுமலை முகாமுக்குக் கொண்டு செல்லத் தயாராக இருந்தது. ஆனால், பிடிபட்டது சுள்ளிக் கொம்பன் இல்லை என்று முடிவானதும் காலை 7 மணிக்குப் பிடித்து வைத்திருந்த யானையின் சங்கிலிகள் விடுவிக்கப்பட்டு மயக்கம் தெளிந்த பிறகு மீண்டும் காட்டிற்குள் விடப்பட்டது. பொம்மன் மற்றும் சுஜய் இரண்டு கும்கி யானைகளும் உண்மையான சுள்ளிக் கொம்பனைப் பிடிக்கும் ஆப்ரேஷனுக்குத் தயாராகின.

நான்கு நாள்களாகக் காத்திருந்து காட்டு யானையைப் பின் தொடர்ந்து கடைசியில் சுள்ளிக் கொம்பனைப் பிடிக்காமல் வேறு ஒரு யானையைப் பிடித்திருக்கிறோம் எனத் தெரிந்ததும் எல்லோரும்

சோர்ந்து போகிறார்கள். ஆனால், எந்தக் காரணத்திற்காகவும் சுள்ளிக் கொம்பனை பிடிப்பதிலிருந்து பின் வாங்க முடியாது என்பதை உணர்ந்த வனத்துறை சுள்ளிக் கொம்பனைத் தேடும் முயற்சியைத் தொடங்குகிறது. கிருமாறன் முதுமலைக்குத் திரும்பிவிட்டதால் காட்டு யானை பிடிப்பதில் அனுபவம் வாய்ந்த இன்னொரு மாவூத் மாறன் வனத்துறை குழுவில் இணைந்துகொள்கிறார். யானைகளை விரட்டுவதாக இருந்தால் சாதாரண மாவூத்துக்களைக் கொண்டு விரட்டி விடுவார்கள். ஆனால் காட்டு யானைகளைப் பிடிப்பதாக இருந்தால் அனுபவம் வாய்ந்த ஒரு மாவூத்தை கட்டாயமாக உடன் வைத்திருப்பார்கள். ஊசி செலுத்தப்பட்ட யானை பாதி மயக்கத்தில் இருக்கும்பொழுது யானையின் கழுத்தில் கயிறு கட்ட வேண்டும். அப்படியான நேரங்களில் அனுபவம் வாய்ந்த மாவூத்துக்களால் மட்டுமே காட்டு யானையின் கழுத்தில் கயிறு மாட்ட முடியும். கயிறு மாட்டுவதில் சில நொடிகள் கவனம் குறைந்தாலும் காட்டு யானை பாகனைத் தூக்கி வீசி விடும். மயக்க நிலையியல் இருந்தாலும் யானைக்குக் கண் முன்னே நடக்கிற விஷயங்கள் அனைத்தும் தெரியும். யானைக்குச் செலுத்துகிற மயக்க மருந்து யானையை அரை மயக்க நிலையிலேயே வைத்திருக்கும். அப்போது யானையால் நடக்க முடியாதே தவிர எல்லாவற்றையும் பார்க்க முடியும். அதிகமாக முரண்டு பிடிக்கிற யானைகளுக்குத்தான் மயக்கமடையும் அளவுக்கான மயக்க ஊசியைச் செலுத்துவார்கள்.

நான்கு நாட்களாகக் கண்காணித்தது சுள்ளிக் கொம்பன் யானையைத்தான் என்பதை உறுதி செய்த வனத்துறை மீண்டும் தேட ஆரம்பிக்கிறது. வனத்துறையின் தேடலில் அடுத்த நாள் சுள்ளிக் கொம்பன் எல்லியாஸ்கடை பகுதிக்குப் பக்கத்திலிருந்த வனப்பகுதியில் இருப்பது தெரிய வருகிறது. உடலெல்லாம் மண்ணை அள்ளிப் போட்டுக்கொண்டதில் சுள்ளிக் கொம்பன் அதனுடைய

நிறமே மாறிப் போய் இருந்தது. யானை பிடிப்பதை வேடிக்கை பார்க்கிற மக்கள் முழுவதுமாக அங்கிருந்து வெளியேற்றப் படுகிறார்கள். வனத்துறை, கால்நடை மருத்துவர்கள் குழு என எல்லோரும் சுள்ளிக் கொம்பனைச் சுற்றி வளைப்பது என முடிவெடுக்கிறார்கள். யானைகள் எப்போதும் தங்களைச் சுற்றி நடக்கும் நிகழ்வுகளையும் ஆபத்துகளையும் நில அதிர்வுகளால் உணர்ந்து கண்டுபிடித்துவிடும். தும்பிக்கையை நிலத்தில் வைத்து எதிரிகளின் நடமாட்டத்தை உணர்ந்து அதற்கேற்ப செயல்படும்.

சுள்ளிக் கொம்பனும் அதைச் சுற்றி நடக்கிற விஷயங்களை நில அதிர்வுகளைக் கொண்டு உணர்ந்து கொள்கிறது. மீண்டும் காட்டுக்குள் செல்ல முயற்சி செய்தது. ஆனால், நிலைமை கை மீறிப் போகிறது. காட்டுக்குள் மீண்டும் செல்ல முடியாத அளவுக்குச் சுள்ளிக் கொம்பனைச் சுற்றி வளைக்கிறார்கள். பொம்மனும் சுஜயும் சுள்ளிக் கொம்பனை எதிர்கொள்ளத் தயார்படுத்துகிறார்கள். சரியாக மாலை 4:30 மணிக்குச் சுள்ளிக் கொம்பன் யானைக்கு மயக்க ஊசி துப்பாக்கி மூலம் செலுத்தப்படுகிறது. ஊசியை உடலில் வாங்கிய சுள்ளிக் கொம்பன் தெறித்து ஓட ஆரம்பிக்கிறது. அதன் பிளிறல் ஆக்ரோஷமாக இருக்கிறது. பொம்மனுக்கும், சுஜய்க்கும் காட்டு யானையைப் பிடிக்க வேண்டுமெனக் கட்டளைகளை அதன் மாவூத்துகள் கொடுத்துக் கொண்டிருக்கிறார்கள். கும்கி யானைகள் இரண்டும் சுள்ளிக் கொம்பனைப் பின் தொடர்ந்து செல்கிறார்கள். இப்போது இன்னொரு சிக்கல் இருக்கிறது. மயக்க மருந்து செலுத்திய சுள்ளிக் கொம்பன் சமவெளிப் பகுதியை விட்டு மேடு பள்ளங்கள் இருக்கிற இடத்துக்குச் சென்றுவிடக் கூடாது. ஆறு, குளம், சரிவான இடம், பள்ளத்தாக்கு இருக்கிற பகுதிக்கும் சென்றுவிடக் கூடாது. அப்படி மயக்கமடைந்த யானை வேறெங்கும் விழுந்து இறந்து விட்டால் வேறு விதமான விளைவுகளை வனத்துறை சந்திக்க நேரிடும். மயக்க ஊசி

செலுத்தப்பட்ட யானையைப் பின் தொடர்ந்து மொத்த குழுவும் செல்கிறது. சிறிது தூரம் சென்ற சுள்ளிக் கொம்பன் மேடாக இருக்கிற இடத்தில் ஒரு பெரிய புதருக்குள் சென்று மறைந்து நின்று கொள்கிறது. புதருக்குள் சென்ற சுள்ளிக் கொம்பன் வெளியே வரும் எனக் கும்கி யானைகள் சகிதம் ஒட்டுமொத்த குழுவும் புதருக்கு வெளியே காத்திருக்கிறது. நேரம் போகப் போக இருட்ட ஆரம்பிக்கிறது. புதருக்குள் சென்று இரவு நேரத்தில் சுள்ளிக் கொம்பனுக்குச் சங்கிலி போடுவது அவ்வளவு எளிதான செயல் இல்லை என்பதை உணர்கிற வனத்துறை புதரை வெட்டி யானையை மீட்பது என முடிவெடுக்கிறது. புதரை வெட்டி சுள்ளிக் கொம்பனை மீட்கும் முயற்சி தொடங்குகிறது. மயக்க நிலையில் இருக்கிற சுள்ளிக் கொம்பனின் காலில் சங்கிலி போட்டால் மட்டுமே அதைக் கட்டுப்படுத்தி பிடிக்க முடியும்.

இரவு எட்டு மணிக்குச் சுள்ளி கொம்பன் மறைந்திருந்த புதர் முழுவதும் வெட்டி அகற்றப்படுகிறது. சுள்ளிக் கொம்பனுக்கு சங்கிலி மாட்டப் பொம்மன் தயார்படுத்தப்படுகிறது. மாவூத்துக்களை பொறுத்தவரை, இந்த இடம் போர்க்களத்துக்குச் சமமானது. ஏனெனில் காட்டு யானை எப்படி வேண்டுமானாலும் தாக்கும். ஆனால், கும்கி யானைகள் முகத்துக்கு நேராக தாக்கும் பயிற்சியை பெற்றவை. . சுள்ளிக் கொம்பன் பொம்மனை அடிக்கப் பாய்கிறது. பொம்மனும் அடிக்கப் பாய்கிறது. சுள்ளிக் கொம்பனின் முகத்துக்கு நேராகத் தந்தத்தை வைத்துக் குத்துகிறது. இரண்டு யானைகளும் நேருக்கு நேராக மோதிக் கொள்கின்றன. பொம்மனின் உதவிக்கு சுஜய் யானையும் இணைந்து கொள்கிறது. மயக்க மருந்து செலுத்தியிருப்பதால் சுள்ளிக் கொம்பனால் முழு பலத்தையும் பயன்படுத்தி கும்கியோடு போராட முடியாமல் போகிறது. மாவூத்துகள் சுள்ளிக் கொம்பனுக்குச் சங்கிலியை மாட்ட முயல்கிறார்கள். ஆனால், சுள்ளிக் கொம்பன் தொடர்ந்து முரண்டு பிடிக்கிறது. சுள்ளிக் கொம்பனின் வலது, இடது

என இரண்டு பக்கமும் கும்கி யானைகள் நின்றுகொண்டு சுள்ளிக் கொம்பனை கட்டுக்குள் கொண்டு வர முயல்கிறார்கள். இந்த நேரத்தைப் பயன்படுத்திக்கொள்கிற மாஹூத் மாறன் சுள்ளிக் கொம்பனின் கழுத்தில் கயிற்றை மாட்டுகிறார்.

சுள்ளிக் கொம்பனை அங்கிருந்து சாலைக்குக் கொண்டு வர வேண்டும். மேடும், பள்ளமுமாக இருக்கிற இடத்திலிருந்து சாலைக்குக் கொண்டு வருவதில் சிக்கல் ஏற்படுகிறது. இரவு நேரம் என்பதால் சுள்ளிக் கொம்பனை அங்கிருந்து கொண்டு வருவது தாமதமாகிறது. வனத்துறை ஜேசிபி வாகனத்தை வைத்து தற்காலிகமாக பாதை அமைக்க முயல்கிறது. அதுவரை அமைதியாக இருந்த சுள்ளிக் கொம்பன் பொம்மனை தாக்கித் தப்பிக்க முயல்கிறது. நான்கு கால்களிலும் சங்கிலி மற்றும் கழுத்தில் கயிற்றால் கட்டியிருப்பதாலும் சுள்ளிக் கொம்பனால் மேற்கொண்டு முன்னேற முடியாமல் போகிறது. இரண்டு பக்கமும் கும்கி யானைகள் நிற்பதால் தப்பிக்கும் முயற்சியைக் கைவிட்டு அமைதியாக நிற்கிறது. ஜேசிபி உதவியுடன் இரவு பதினோரு மணிக்கு மேல் பாதை அமைக்கும் பணி தொடங்குகிறது. இரண்டு மணி நேர முயற்சியில் இரவு 1 மணிக்கு பாதை அமைக்கப்படுகிறது.

பிடித்த சுள்ளிக் கொம்பனை லாரியில் ஏற்ற முயற்சி நடக்கிறது. ஆனால், அந்த முயற்சியும் அவ்வளவு எளிதாக நடைபெறவில்லை. முழு பலத்தையும் பயன்படுத்தி இருந்த பொம்மன் தந்தத்தால் சுள்ளிக் கொம்பனைத் தள்ள, இன்னொரு பக்கம் சுஜய் முட்டித் தள்ளுகிறது. கிட்டத்தட்ட ஒரு மணி நேர முயற்சிக்குப் பிறகு இரவு 2 மணிக்குச் சுள்ளிக் கொம்பன் லாரியில் ஏற்றப்படுகிறது. உள்ளூர் மக்கள் இது சுள்ளிக் கொம்பன் என உறுதிப்படுத்திய பின்பு சுள்ளிக் கொம்பன் பிடிக்கப்பட்டதாக வனத்துறை அதிகாரபூர்வமாக அறிவிக்கிறது.

கொம்பனைப் பிடிக்க முதலில் வந்த ஜம்புவுக்கு மதம் பிடித்திருந்ததால் சேரம்பாடி பகுதியில் கட்டி வைக்கப்படுகிறது. அடுத்த மூன்று மாதங்களுக்கு ஜம்பு அங்கேயே இருக்க நேர்ந்தது. முதுமலையில் சுள்ளிக் கொம்பனுக்காக கிருமாறன் தலைமையில் பிரத்யேக கூண்டு அமைக்கப்படுகிறது. விடியற்காலை ஆறு மணிக்கு முதுமலை கொண்டு வரப்பட்ட சுள்ளிக் கொம்பன் கரோலில் அடைக்கப்படுகிறது. கரோலில் அடைக்கப்படுகிற சுள்ளிக் கொம்பனுக்கு மருத்துவ சிகிச்சை கொடுக்கப்படுகிறது. அதற்கான மாவூத்தாக மாண்பன் என்பவர் நியமிக்கப்படுகிறார். மற்ற காட்டு யானைகளைப் போல சுள்ளிக் கொம்பனுக்கு 48 நாள்களில் பயிற்சி கொடுக்க முடியவில்லை. அதிக பட்சமாக எந்தக் காட்டு யானையாக இருந்தாலும் 60 நாள்களில் கரோலில் இருந்து வெளியே கொண்டு வரப்படும். ஆனால். ஏப்ரல் 5-ம் தேதி பிடிக்கப்பட்டு கரோலில் அடைக்கப்பட்ட சுள்ளிக் கொம்பன் கரோலிலிருந்து வெளியே வந்தது நவம்பர் மாதம் 18-ம் தேதி.

ஆறு மாதங்கள் கூண்டிலிருந்த சுள்ளிக் கொம்பன் யானை கொடுக்கப்பட்ட எந்தப் பயிற்சிகளையும் முழுமையாக உள்வாங்கவில்லை. இரண்டு மாதங்களுக்கு ஒரு முறை யானைக்கு மாவூத்துக்களை மாற்றிப் பார்த்தார்கள், ஆனால் எந்த மாற்றமும் இல்லை. யானையின் குண நலன்களைப் பொறுத்தே மாவூத் நியமிக்கப்படுவார். ஆனால் பிடிக்கப்பட்ட காட்டு யானைக்குச் சரியான மாவூத்தை நியமிக்க முடியாமல் போகவே யானைக்குச் சரியான பயிற்சி கொடுக்க முடியாமல் போனது. இரண்டு மாதங்களுக்கு ஒரு மாவூத் என மாற்றியதால் யாராலும் யானைக்கு முழுமையான பயிற்சி கொடுக்க முடியாமல் போகிறது. கொடுக்கப்பட்ட பயிற்சி முழுமையடையாததால் யானையை

வேறொரு முகாமுக்கு மாற்றுவது என முடிவு செய்து யானையை வெளியே கொண்டு வந்தார்கள்.

பயிற்சியைச் சரியாக உள்வாங்காத சுள்ளிக் கொம்பன் பிடிக்கப்பட்ட ஐம்பது நாளுக்குப் பிறகு இரவெல்லாம் கூண்டில் அடைத்தும் பகலில் வெளியே கட்டி வைத்தும் பராமரிக்கப்பட்டது. கூண்டிலிருந்து வெளியே எடுக்கப்பட்ட யானையை மீண்டும் கரோலுக்குள் கொண்டு செல்லக் கூடாது. ஆனால், சுள்ளிக் கொம்பன் பகலில் வெளியேவும், இரவில் கரோலிலும் இருந்ததால் யானை ஒரு வித இறுக்கமாகவே இருந்தது. இப்படியே இருந்தால் யானையை எதற்கும் பழக்கப்படுத்த முடியாது, இப்படியே தொடர்ந்தால் யானை எதற்கும் பயன்படாமல் போய் விடும் என்பதை உணர்ந்த வனத்துறை சுள்ளிக் கொம்பனை பாம்போஸ் முகாமுக்குக் கொண்டு செல்வது என முடிவு செய்தது. அதாவது ஏப்ரல் மாதம் பிடிக்கப்பட்டு கரோலில் அடைக்கப்பட்ட சுள்ளிக் கொம்பன் அதே வருடம் நவம்பர் மாதம் 18-ம் தேதி நிரந்தரமாக வெளியே கொண்டு வரப்பட்டது. பாதுகாப்புக்கு முகாம் யானைகள் கரோலுக்கு வெளியே நிறுத்தி வைக்கப்பட்டன.

ஏழுக்கு ஏழு என்ற அளவில் அடைக்கப்பட்டிருந்த யானை பயிற்சியை உள்வாங்காமல் இருந்ததற்கு இன்னொரு காரணமும் இருந்தது. யானையின் வலது கண்ணில் குறைபாடு இருப்பது கால்நடை மருத்துவரின் சோதனையில் தெரிய வந்தது. கரோலில் அடைக்கப்பட்டபொழுது யானையின் குறைபாடு யாருக்கும் தெரியாமல் இருந்தது. யானை பயிற்சியை முழுமையாக உள்வாங்க முடியாமல் போனதற்கு அதுவும் ஒரு காரணம். அப்போதும் யானையின் கால்கள் சங்கிலியால் கட்டப்பட்டிருந்தது. யானைக்கு ஸ்ரீனிவாசன் எனப் பெயர் வைக்கப்படுகிறது. ஸ்ரீனிவாசன் என்பவர்

முதுமலையில் கள இயக்குநராக இருந்தவர். அவரது தலைமையில்தான் சுள்ளிக் கொம்பன் பிடிக்கப்பட்டது. தெப்பக்காட்டில் இருந்த ஸ்ரீனிவாசன் யானை மூன்று கும்கி யானைகளின் உதவியுடன் பாம்போஸ் முகாமுக்குப் பயிற்சிக்காக கொண்டு செல்லப்பட்டது. பாம்போஸ் முகாமில் திறந்த வெளியில் பயிற்சி அளிக்கப்பட்டு வந்தது. பயிற்சிகள் கொடுக்கப்பட்டு கும்கியாக மாறிய ஸ்ரீனிவாசன் தன்னுடைய நண்பனான சங்கர் யானையைப் பிடிக்க முதன் முதலில் நியமிக்கப்பட்டது. சுள்ளிக் கொம்பனாக இருந்த போது சங்கருடன் சேர்ந்துதான் ஸ்ரீனிவாசன் சுற்றி வந்தது. ஸ்ரீனிவாசன் பிடிக்கப்பட்ட அதே இடத்தில்தான் இப்போது சங்கர் யானையும் அட்டகாசம் செய்து வந்தது. தந்தை மகன் என மூன்று பேரை கொன்ற சங்கரைப் பிடிக்கும் பணிக்கு ஆபரேஷன் ப்ரோக்கன் டஸ்கர் என பெயரிட்டார்கள். முதுமலையில் இருந்து ஸ்ரீனிவாசன் யானையோடு சேர்த்து நான்கு கும்கிகள், டாப்ஸ்லிப்பில் இருந்து ஒரு கும்கி என ஐந்து கும்கி யானைகள் சங்கரைப் பிடிக்க பயன்படுத்தப்பட்டன. அதில் விஜய், சுஜய் இரண்டு யானைகளும் அடக்கம். பத்து நாட்களாக பிடிக்க முயற்சித்த சங்கர் கடைசியாக 2021 பிப்ரவரி மாதம் 12ம் தேதி பிடிக்கப்பட்டு முதுமலை கொண்டு வரப்பட்டது. யாருக்காக போராடுகிறோமோ அவர்களுடனே போராடுவதற்கு பெயர்தான் சூழ்நிலை. தன்னோடு ஆடி திரிந்த சங்கரை பிடிக்க ஸ்ரீனிவாசனையே முன்னால் நிற்க வைத்ததுதான் காலம் செய்த மிக பெரிய மாயாஜாலம். இப்போது கும்கி பயிற்சிக்காக காத்திருக்கிறது ப்ரோக்கன் டஸ்கர் சங்கர்.

பொம்மராயன்

நினைவில் முகாமுள்ள குழந்தை மசினி...

இயற்கை காலத்தை கொன்று, காலம் இயல்பை கொன்று, மனிதன் யானையை கொன்று, யானை பாகனை கொன்று, இப்படி எவ்வளவு பெரிய துயர நிகழ்வுகளையும் சூழ்நிலை போகிற போக்கில் நிகழ்த்திவிட்டு போய்விடுகிறது.

மாதன், பொம்மன், மாறன், மாண்பன் என்கிற பெயர்கள் தான் முதுமலையில் இருக்கிற எல்லா மாவூத்துகளுக்கும் பொதுவான பெயர்களாக இருக்கின்றன. பொம்மன் என்கிற பெயரில் இருக்கிற மாவூத்துகளின் தந்தையின் முதல் எழுத்தை கொண்டே வித்தியாசம் கண்டுபிடிக்க முடியும். பொம்மன் என்கிற பெயரில் நான்கைந்து பேர் இருக்கிறார்கள். எல்லாப் பெயர்களும் அவர்களின் குல தெய்வங்களின் பெயர்கள். அவரது பெயர் கே. பொம்மன். சிறு வயதாக இருந்த போது அவரது அப்பா திப்பு, காமாட்சி, ஜம்பு போன்ற பல யானைகளுக்கு மாவூத்தாக இருந்தார். ஜம்பு யானைக்கு மாவூத்தாக இருந்த போது அவரது அப்பாவின் கண் மங்கலாக தெரிய ஆரம்பித்தது. அப்போது அப்பாவுக்கு உதவியாக ஜம்பு யானையிடம் வந்து சேர்கிறார் கே. பொம்மன்.

ஜம்புவுக்கு காவடியாக இருந்தவர் அப்பாவின் ஓய்விற்கு பிறகு ஜம்பு யானைக்கே மாவூத்தாக நியமிக்கப்படுகிறார். அப்பாவின்

யானை என்கிற எண்ணத்தில் அறிமுகமான ஜம்பு, பின்னொரு நாளில் தன்னுடையது என ஆனது அவரது அதிர்ஷ்டம். யானைகள் குறித்த கனவில் ஜம்புவை வைத்து பல வீர செயல்களை செய்திருக்கிறார். பல காட்டு யானைகளைப் பிடிக்க ஜம்பு கும்கியாக பயன்படுத்தப்பட்டது.

முகாமில் இருக்கிற யானைகளை எப்போதும் காடுகளுக்குள் அனுப்புவது வழக்கம், அப்படி காட்டுக்குள் போகிற யானைகளை சில மணி நேர இடைவெளியில் மாவூத்துகள் சென்று அழைத்து வருவார்கள். யானையின் காலில் கட்டப்பட்ட சங்கிலியின் தடம் தான் அவர்களுக்கு அடையாளமாக இருக்கும். அப்படி ஒரு நாள் காட்டுக்குள் அனுப்பிய ஜம்பு யானையை அழைத்து வர கே. பொம்மன் காட்டுக்குள் செல்கிறார்.

யானையின் சங்கிலி தடத்தை பின் தொடர்ந்து சென்றவரை திடீரென கரடி ஒன்று எதிர்பாராமல் தாக்கி விடுகிறது. அதை 'க்ளோஸ் என்கவுண்டர்' என்று சொல்வார்கள். தாக்குதலில் கரடி கே. பொம்மனின் தலை, மற்றும் மார்பு பகுதிகளில் கடித்து வைத்து விடுகிறது. படுகாயமடைந்த கே.பொம்மன் மருத்துவ சிகிச்சையில் செல்கிறார். அப்போது வேறு ஒரு மாவூத்திடம் ஜம்பு யானை ஒப்படைக்கப்படுறது. ஒன்பது வருடங்களாக ஜம்பு யானைக்கு மாவூத்தாக இருந்த காலம் தற்காலிகமாக முடிவுக்கு வருகிறது. மூன்று மாத ஓய்வில் பொம்மனின் உடல்நிலையில் நல்ல முன்னேற்றம் ஏற்படுகிறது.

இந்த நிலையில் 2006 ஆம் ஆண்டு ஆகஸ்ட் மாதம் 5ம் தேதி முதுமலையில் பலத்த மழை பெய்ய ஆரம்பித்தது. அப்போது கார்குடி என்கிற இடத்தில் இருந்த சிறு குழியை காட்டு யானைகள் தாண்டி சென்றன. குழியைத் தாண்ட முடியாமல் அதில் எட்டு மாத பெண் குட்டி யானை ஒன்று சிக்கிக் கொள்கிறது. குழிக்குள் யானைக் குட்டி இருக்கிற

தகவல் கிடைத்து எல்லோரும் அங்கே செல்கிறார்கள். கே.பொம்மனும் சம்பவ இடத்திற்கு வந்து சேர்கிறார். வன அதிகாரிகள், மாவூத்துகள் என எல்லோரும் அந்த யானையை மீட்டு அதற்கு சிகிச்சை அளித்து மீண்டும் காட்டிற்குள் கொண்டு விடுகிறார்கள். ஆனால் குட்டி யானையை காட்டு யானைகள் சேர்த்துக் கொள்ளவில்லை. இரண்டு முறை முயன்றும் குட்டி யானையை காட்டுக்குள் விட முடியவில்லை. மாவூத்துகளுடனே திரும்பி வந்தது.

இனி காட்டுக்குள் அனுப்புவதில் பலன் இல்லை என்பதை உணர்கிற வனத்துறை குட்டி யானையை முகாமில் வளர்ப்பது என முடிவு செய்கிறார்கள். சிகிச்சையில் இருந்து மீண்ட கே.பொம்மன் குட்டி யானைக்கு மாவூத்தாக நியமிக்கப்படுகிறார். குட்டி யானை மசினியம்மன் கோவில் அருகே கண்டுபிடிக்கப்பட்டதால் அதற்கு மசினி என பெயரிடுகிறார்கள். அப்போதில் இருந்து பொம்மன் மசினி யானையை குழந்தையை கவனிப்பது போல கவனித்து வந்தார். இதற்கு முன் ஜம்பு யானைக்கு மாவூத்தாக இருந்தாலும் அது அவரது அப்பாவின் யானை. வேறொருவரின் வளர்ப்பு யானை. ஆனால் மசினி ஒன்பது மாத குட்டி. இனி தான் அதை உருவாக்க வேண்டும். கே.பொம்மன் மசினியை வார்த்தெடுக்க ஆரம்பித்தார். இருவரும் அன்பில் பின்னி பிணைய காலம் நகர ஆரம்பித்தது. காலம் சும்மா இருந்தாலும் இயற்கை சும்மா இருக்க விடுவதில்லை என்பது போல இயற்கை கே.பொம்மனுக்கு வேறு ஒரு சோதனையை கொடுத்தது.

2015 ஆம் ஆண்டு திருச்சி சமயபுரம் மாரியம்மன் கோவிலில் இருந்த மாரியப்பன் என்கிற ஆண் யானைக்கு மதம் பிடித்திருந்தது. மதம் பிடித்த யானையை கோவிலில் வைத்து கட்டுக்குள் கொண்டு வர முடியாது என்பதால் அதை டாப்ஸ்லிப் யானைகள் முகாமிற்கு கொண்டு சென்றார்கள். மாரியப்பன் யானைக்கு பதிலாக சமயபுரம் கோவிலுக்கு எந்த யானையை அனுப்புவது என கேள்வி எழுகிறது.

பல்வேறு யானைகளின் பெயர்கள் பரிசீலனையில் இருந்தது, இறுதியாக மசினி யானையை அனுப்புவதென முடிவு செய்கிறார்கள். பொம்மன் மற்றும் அவரது குடும்பம் அந்த செய்தியால் நிலை குலைந்து போகிறார்கள். துயரத்தின் சாட்சியாக எப்போதும் கண்ணீரே இருக்கும், பொம்மனுக்கும் அதுவே நடந்தது.

திருச்சி கோவிலுக்கு கொண்டு செல்ல வேண்டுமானால் மசினி யானையை கோவிலில் பராமரிக்கிற மற்றொரு மாவூத்திற்கு பழக்கப் படுத்த வேண்டும். அதற்காக 2016 ஆம் ஆண்டு கோவை சாடிவயல் யானைகள் முகாமிற்கு பொம்மனுடன் மசினி யானை கொண்டு செல்லப்பட்டது. அங்கு திருச்சியில் இருந்து வந்திருந்த மாவூத்துகள், பொம்மன் உதவியுடன் கோவில் யானைக்குரிய பயிற்சிகளை வழங்கினார்கள். குழந்தையாக வந்த மசினியை பொம்மன் தன்னுடைய உயிருக்கு நிகராக கவனித்து வந்தார். தனக்கு தனக்கு என வார்த்தெடுத்ததை இன்னொருவருக்கு தாரை வார்த்து கொடுக்கிறார். சாடிவயலில் இருந்த நாட்களில் முன் எப்போதும் இல்லாத அளவிற்கு இன்னும் கூடுதலாக மசினியை கவனித்து கொள்கிறார்.

நான்கு மாதங்கள் பயிற்சியை முடித்து 2017 ஆம் ஆண்டு பிப்ரவரி மாதம் 24-ம் தேதி மசினி யானை சமயபுரம் மாரியம்மன் கோவிலுக்கு கொண்டு செல்லப்பட்டது. மசினி யானையோடு பொம்மனும் கோவிலுக்கு சென்றிருந்தார். ஒரு மாதம் கோவிலில் மசினி யானையோடு இருந்த பொம்மன், கோவில் பாகன் கஜேந்திரன் வசம் மசினி யானையை ஒப்படைத்து விட்டு கனத்த இதயத்துடன் அங்கிருந்து முதுமலைக்கு கிளம்பினார்.

முதுமலைக்குத் திரும்பிய பொம்மன் நர்மதா யானைக்கு மாவூத்தாக இருந்தார். பின்னர் அண்ணா என்கிற யானைக்கு மாவூத்தாக பணி புரிந்து கொண்டிருந்தார். எல்லாம் நல்லபடியாகத்

தான் போய்க் கொண்டிருந்தது. 2018 ஆம் ஆண்டு மே மாதம் 25-ம் தேதி மசினி யானை தன்னுடைய வாழ்க்கையின் மோசமான ஒரு நாளை கடந்து செல்ல வேண்டி இருந்தது.பக்தர்களுக்கு ஆசி வழங்கிக் கொண்டிருந்த யானை திடீரென அதனுடைய பாகன் கஜேந்திரனை மூர்க்கத்தனமாக தாக்கியது. அதில் சம்பவ இடத்திலேயே அவர் உயிரிழந்தார். மேலும் அங்கிருந்த பொருட்களையும் அடித்து நாசம் செய்தது. உடனடியாக கோவிலில் இருந்த பக்தர்கள் வெளியேற்றப்பட்டு கோவில் நடை சாத்தப்பட்டது. யானைக்கு மதம் பிடித்திருக்கிறது என சொல்லப்பட்டது. இயல்பாக பெண் யானைகளுக்கு மதம் பிடிப்பதில்லை.

பின்னர் திருச்சியில் மற்ற கோவில் யானைகளுக்கு பாகன்களாக இருந்தவர்கள் வரவழைக்கப்பட்டு அவர்கள் மூலமாக யானை கட்டுப்படுத்தப்பட்டு சங்கிலியால் கட்டி வைக்கப்பட்டது. அதன் மீது தண்ணீரை பீச்சி அடித்து சாந்தப்படுத்தினர். திருச்சியில் தனியாருக்கு சொந்தமான ஜெயா, சுமத்ரா என்கிற இரண்டு யானைகள் கொண்டுவரப்பட்டு அவற்றின் உதவியோடு அன்றைய இரவு ஒன்பது மணிக்கு மசினி யானை கோவிலில் இருந்து வெளியே கட்டி இழுத்துவரப்பட்டது. வெளியே வந்த யானையின் உடலில் பல்வேறு இடங்களில் காயங்கள் இருந்தன. இந்த தகவலை முதுமலையில் இருக்கிற பொம்மனுக்கு தெரியப்படுத்துகிறார்கள். மசினி யானை கோபப்படுகிற யானை இல்லை, ஏதோ ஒன்று நடந்திருக்கிறது எனச் சொல்லி அன்றைய இரவு குடும்பத்தினரிடம் அழுதிருக்கிறார். ஆனால் அவரது சூழ்நிலையால் மசினி யானையை சந்திக்க முடியாமல் இருந்தது. காலம் எப்போதும் இப்படித்தான், சம்மந்தப்பட்ட இருவரை காயப்படுத்தி வேடிக்கை பார்த்துக் கொண்டே இருக்கும்.

கோவிலில் இருந்து வெளியே கொண்டு வரப்பட்ட மசினி யானை கோவிலுக்கு அருகிலுள்ள மாகாளிகுடியில் உள்ள கொட்டகையில்

கொண்டு வந்து சங்கிலியால் கட்டி வைக்கப்பட்டது.இந்த சம்பவத்தால் மசினி யானை மனதளவிலும் உடலளவிலும் அதிகமாக பாதிக்கப்பட்டது. பல நாட்களாக அங்கேயே கட்டப்பட்ட யானைக்கு உடல்நல குறைவு ஏற்பட்டது. அவ்வப்போது மருத்துவர்கள் சிகிச்சை அளித்தாலும் அதன் கால் மற்றும் வயிற்று பகுதியில் வீக்கம் குறையாமல் இருந்தது. ஜூலை மாதம் மசினி யானை சிகிச்சைக்காக தஞ்சாவூர் ஒரத்தநாட்டில் இருக்கும் கால்நடை மருத்துவக் கல்லூரிக்கு கொண்டு செல்லப்பட்டது. இந்த நிலையில் மசினி யானை குறித்து தொடரப்பட்ட வழக்கில், மீண்டும் மசினியை முதுமலைக்கே கொண்டு செல்லவேண்டும் என மதுரை உயர்நீதிமன்ற கிளை உத்தரவிட்டது.

காலம் எவ்வளவு நாள் வேடிக்கை பார்த்தாலும், சில நேரங்களில் சம்மந்தப்பட்டவர் மேல் பாவமும் பார்க்கும். மசினி யானையை முதுமலை கொண்டு வருவது என முடிவானதும் அதன் மாவூத்தாக இருந்த பொம்மனையே அனுப்புகிறார்கள். 2019 ஆம் ஆண்டு ஜனவரி 3-ம் தேதி பொம்மன் ஒரத்தநாடு மருத்துவக் கல்லூரிக்கு வந்து சேர்கிறார்.

மசினி யானை ஓரிடத்தில் சங்கிலியால் கட்டி வைக்கப்பட்டிருந்ததை பார்க்கிற பொம்மன் மசினியை ஆரத்தழுவுகிறார். பொம்மனை மசினி யானை அடையாளம் கண்டு கொள்கிறது. தன்னுடைய தும்பிக்கையால் பொம்மனை தடவிக் கொடுக்கிறது. பொம்மன் மசினி குறித்து எவ்வளவு கனவு கண்டிருப்பான். காயத்தோடு இருக்கிற ஒரு கனவை கூட அவன் இதுவரை கண்டதில்லை. ஆனால் கனவு வேறு, களம் வேறு. மசினி யானையை பார்க்கிற பொம்மன் அப்படியே உடைந்து போகிறார். ஏனெனில் முதுமலையில் இருந்த அதன் மொத்த எடையில் பாதிதான் இப்போது மசினி இருந்தது. மசினியின் கழுத்துப் பகுதி, கால் , அதன் வயிற்றுப் பகுதி என பல இடங்களில் காயம் இருந்தது. அதை தொட்டுத்

தழுவி கண்ணீர் சிந்துகிறார். மசினி யானை பொம்மனை தும்பிக்கையால் தொட்டு தன்னுடைய உணர்வுகளை அவருக்கு கடத்துகிறது.

அன்றைய மாலை அதாவது 4-ம் தேதி யானையை லாரியில் ஏற்றி முதுமலைக்கு கொண்டு வருகிறார்கள். அடுத்த நாள் மாலை 5 மணிக்கு மசினி தன்னுடைய சொந்த நிலத்திற்கே வந்து சேர்ந்தது. வந்ததும் அதற்கான சிகிச்சை தொடங்கப்பட்டது. சிகிச்சைக்கு எளிதாக முகாமில் இருக்கும் கால்நடை மருத்துவ மனைக்கு அருகிலேயே மசினி கட்டி வைத்து பராமரிக்கப்பட்டது. மசினி யானைக்கு வேறு தொற்று நோய் எதுவும் இல்லை என உறுதி செய்யப்பட்ட பிறகு மற்ற யானைகளுடன் சேர அனுமதிக்கப்பட்டது. பொம்மன் இரவு பகல் என மசினியின் உடல் நிலை முன்னேற பாடுபட்டார். அதன் பலனாக தற்போது மசினி யானை நல்ல உடல் ஆரோக்கியத்துடன் முதுமலையில் இருக்கிறது. அதன் வாழ்வியல் இப்போது வசந்தமாகி இருக்கிறது.

இந்து அறநிலையத்துறை நிர்வகிக்கிற யானைகள் தவிர்த்து, தனியார் மடங்களில் இருக்கிற கோவில் யானைகள் முகாம்களில் வளர்க்கப்பட்டவையாக இருக்காது.

அவை எப்படி கோவிலுக்கு வந்து சேர்ந்தன என்கிற கதை மிக சுவாரசியமானது. சில யானைகள் அஸ்ஸாம் மாநிலத்தில் இருந்து விலைக்கு வாங்கி வந்தவை. அஸ்ஸாம் மாநிலத்தில் மரம் இழுக்கும், பாரம் தூக்கும் வேலைக்கு யானைகளைப் பயன்படுத்துகிறார்கள். பல யானைகள் அங்கிருந்துதான் விலைக்கு வாங்கி கொண்டுவரப்பட்டவை. கோவிலுக்கு யானைகளை விலைக்கு வாங்கச் செல்லும் போது உடன் அனுபவம் வாய்ந்த யானைப் பாகனையும் அழைத்துச் செல்கிறார்கள். விலைக்கு இருக்கிற யானைகளை பல்வேறு விஷயங்களை அடிப்படையாக கொண்டு

தேர்ந்தெடுக்கிறார்கள். யானையின் வால்பகுதி நேராக இருக்க வேண்டும். நேராக வால் இருக்கும் யானை நீண்ட ஆயுளை கொண்டிருக்கும் என்பது நம்பிக்கை. யானையின் தலைப்பகுதி இரண்டு பக்கமும் சமமாக இருக்க வேண்டும். யானையின் காலில் 18 நகங்களும் சரியாக இருக்கிறதா என பார்க்க வேண்டும். எல்லாம் சரியாக இருக்கிற யானையை தேர்ந்தெடுத்து அதனோடு மூன்று மாதங்கள் தங்கி இருந்து யானையை பழக்கப்படுத்துவார்கள். நன்கு பழகிய பிறகு லாரியில் ஏற்றி தமிழகம் கொண்டு வருவார்கள். தமிழகம் வர லாரியில் யானை 7 நாட்கள் பயணம் செய்ய வேண்டும்.

திருக்கடையூர் தருமபுரம் ஆதீனம் யானை அபிராமி ஆறு வருடங்களுக்கு முன்பு அப்படி வாங்கப்பட்ட யானைதான். அதன் விலை 45 லட்சம். 12 வயதில் வாங்கப்பட்ட யானையின் தற்போதைய வயது 18. அவற்றின் குண நலன்கள் வேறு, முகாம்களில் வளர்க்கப்படுகிற யானைகளின் குண நலன்கள் வேறு.

முகாம்களில் இருந்து கோயில் யானையாக செல்லும் போதே அதன் சூழ்நிலை முற்றிலும் மாறிவிடுகிறது. யானைகள் சூழ இருந்த யானை கோவிலில் தனிமைப்படுத்தப்படுகிறது. அதோடு முதுமலை முகாமில் யானையை கட்டுப்படுத்த குச்சியை மட்டுமே பயன்படுத்துவார்கள், ஆனால் கோவிலில் அங்குசம், குச்சி, சாட்டை என பல பொருட்களை பயன்படுத்துவார்கள். எந்த உயிரினத்திற்கும் புது சூழல் பயத்தையே உண்டாக்கும். 8 மாத குழந்தையாக முதுமலை முகாமிற்கு வந்து சேர்ந்த மசினி 9 ஆண்டுகள் அங்கே இருந்திருக்கிறது. வாழப் பழகியதே முகாம் சூழ்நிலையில்தான். எல்லாம் நடந்து முடிந்து இன்று தன்னுடைய உடலையும், உள்ளத்தையும் மீட்டு எடுத்து முதுமலையில் சுற்றி வருகிறது அந்த 'நினைவில் முகாம் உள்ள குழந்தை'

இரண்டு கண்களும் தெரியாத கும்கியும் அதன் மாவூத்தும்...

1960 ஆம் வருடம் அக்டோபர் மாதம் 13-ம் தேதி ஒன்பது வயதில் பிடிக்கப்பட்ட ஆண் யானை டாப்ஸ்லிப் முகாமிற்கு கொண்டு செல்லப்பட்டது. அங்கிருந்து 1961 ஆம் ஆண்டு பத்து வயது இருக்கும் பொழுது இந்தர் என்கிற பெயரில் முதுமலைக்கு வந்து சேர்ந்தது. கும்கிகள் வரலாற்றில் சிறந்த பத்து யானைகளை பட்டியலிட்டால் அதில் இந்தர் யானைக்கு ஒரு இடம் உண்டு. 1970 ஆம் ஆண்டில் இருந்து 2000 ஆம் ஆண்டு வரை இந்தர் யானைக்கு பொற்காலம். சென்ற இடமெல்லாம் சிறப்பு என்பது போல கும்கி செயல்பாடுகளில் பல சம்பவங்களை செய்த யானை.

முதுமலையில் இருக்கிற எந்த மாவூத்துகளிடம் இந்தர் குறித்து கேட்டாலும் ஒரு பரபர கதை ஒன்றை சொல்வார்கள். இந்தர் யானைக்கு இன்று வரை பலர் மாவூத்துகளாக இருந்திருக்கிறார்கள். அவர்களில் இந்தர் யானையோடு உணர்வு ரீதியாக மாவூத்தாக இருந்தவர் தேவராஜ். தேவராஜின் வாழ்க்கை முதலில் யானைக்கு காவடியாகத் தான் தொடங்கியது. இரண்டு யானைகளுக்கு காவடியாக இருந்தவர் மூன்றாவதாக இந்தர் யானைக்கு காவடியாக வந்தார். காவடியாக இருக்கும் போது காட்டு யானைகளை விரட்ட தமிழ்நாட்டின் பல பகுதிகளுக்கு இந்தர் யானையை அழைத்துச் சென்றிருக்கிறார்.

திருவண்ணாமலை, திருப்பத்தூர், ஓசூர், கோவை மற்றும் கேரளாவின் பல பகுதிகளுக்கும் யானையை விரட்டவும், பிடிக்கவும் இந்தர் காரணமாக இருந்தது. சுப்புரமணி, முதுமலை என சிறந்த யானைகள் கும்கி பணியில் இருந்த போது அவற்றோடு பயணித்த யானை இந்தர். எல்லா ஹீரோக்களுக்கும் ஒரு கட்டத்தில் ஓய்வு என்பது காலத்தின் கட்டாயம்.

பொதுவாக மனிதர்களைப் போல யானைகளுக்கும் 57 ஆண்டுகளுக்குப் பிறகு ஓய்வு கிடைக்கும். அதன்பிறகு கும்கி யானைகளை எந்த ஆப்ரேஷன்களுக்கும் பயன்படுத்த மாட்டார்கள். கும்கியாக இருந்த போது கிடைத்த அத்தனை பலன்களும் யானைக்கு கிடைக்கும், ஆனால் பெரிதாக வேலை எதுவும் இருக்காது. காட்டுக்குள் இருந்து வெட்டி எடுத்துவரப்படுகிற மரக்கிளைகளை தூக்கி வருவது மட்டும்தான் வேலை. அதுவும் தேவை இருந்தால் மட்டுமே வழங்கப்படும். கும்கியாக இருந்த போது இருந்த உணவின் அளவு ஓய்வின் போது மாறுபடும். பணியின் போது ஆறு கிலோ கொள்ளு, 20 கிலோ ராகி, 2 கிலோ அரிசி சாதம் , 2 தேங்காய் என எல்லாம் கலந்த உருண்டையாக வழங்கப்படும், அதுவே ஓய்வின் போது 4 கிலோ கொள்ளு, 14 கிலோ ராகி, 2 கிலோ அரிசி சாதம் என வழங்கப்படும். ஓய்வில் இருக்கிற யானைகளுக்கும் பருவம் வராத குட்டி யானைகளுக்கும் தேங்காய் கொடுப்பது இல்லை. யானைகளுக்கு உணவு தயார் செய்வதில் ஒரு சுவாரஸ்யம் இருக்கிறது. முகாமில் உள்ள யானைகளுக்கு உணவு சமைப்பதற்கு தனியாக பணி ஆட்கள் கிடையாது. வெவ்வேறு யானைகளின் காவடிகள் வாரத்திற்கு மூன்று பேர் சேர்ந்து உணவு சமைப்பார்கள். அப்படித்தான் இன்றளவும் யானைகளுக்கு உணவு சமைக்கப்படுகிறது.

இந்தர் யானையின் ஓய்விற்குப் பிறகு காவடியாக இருந்த தேவராஜே அதற்கு மாவூத்தாக நியமிக்கப்படுகிறார். முன்பை போல

வேலை இல்லை. ஆனால் காலை, மாலை என இரு வேளை யானையை குளிப்பாட்ட வேண்டும். உணவு கொடுக்க வேண்டும். காட்டிற்குள் அழைத்துச் சென்று மீண்டும் அழைத்து வர வேண்டும் அதுதான் இனி தேவராஜின் வேலையாக இருக்கப் போகிறது.

யானைக்கு மாவூத்தாக சேர்ந்த இரண்டு வருடங்கள் கழித்து யானையின் செயல்பாடுகளில் மாற்றம் இருப்பதை கவனிக்கிறார். ஆழ்ந்து கவனித்ததில் யானையின் வலது கண்ணில் பூ விழ ஆரம்பித்திருந்தது. அதாவது யானைக்கு ஒரு கண் தெரியவில்லை என்பதை கண்டறிகிறார். இது குறித்து வன கால்நடை மருத்துவர்களிடம் தெரியப்படுத்துகிறார்.

இந்தர் யானைக்கு மருத்துவ சிகிச்சை வழங்கப்பட்டது. ஆனால் எந்த முன்னேற்றமும் இல்லை. எப்போதும் போல தேவராஜ் யானையை கவனித்துக் கொள்கிறார். இதற்கு இடையில் தேவராஜுக்கு தன்னுடைய மகளை எப்படியாவது நன்கு படிக்க வைத்து ஒரு டிகிரி வாங்கி விட வேண்டும் என்கிற ஆசை இருந்தது. தந்தையின் ஆசையைப் போலவே மகளும் நன்கு படித்தார். அவர்கள் குடும்பத்தில் யாரும் இதுவரை கல்லூரிப் படிப்பை பார்க்காதவர்கள். மகனாக இருந்திருந்தால் யானைக்கு மாவூத்தாக அனுப்பி இருப்பார். மகள் என்பதால் நல்லா படிக்க வச்சு நல்ல இடத்துல ராணி மாதிரி கட்டி கொடுக்கணும் எனச் சொல்லிக் கொண்டே இருப்பார்.

காலம் அவ்வளவு எளிதில் யாரையும் போ என விட்டு விடாது, அது எப்போதும் விட்டுப் பிடிக்கும் பழக்கம் கொண்டது.

நாட்கள் செல்லச் செல்ல யானையின் உடல் மொழி மொத்தமாக மாற ஆரம்பித்தது. தும்பிக்கையில் தரையை தொட்டுப் பார்த்து தொட்டுப் பார்த்து நடக்கத் தொடங்கி இருந்தது. யானைக்கு ஏதோ

நடந்திருக்கிறது என்பதை உணர்ந்தவர் இது குறித்து கால்நடை மருத்துவர்களுக்கு தெரிவிக்கிறார். மருத்துவ சோதனையில் இந்தரின் இன்னொரு கண்ணும் பறி போனது தெரிய வருகிறது. மனிதர்கள் குச்சி வைத்து நடப்பது போல யானை தும்பிக்கையை வைத்து நடக்க ஆரம்பித்தது புரிந்தது. எவ்வளவோ சிகிச்சை அளித்தும் எந்த பயனும் இல்லாமல் போகிறது. இனி யானைக்கு எல்லாமே தேவராஜ் தான். இந்தர் வாசனையை வைத்துதான் அருகில் யார் வருகிறார்கள் என்பதை உணரும். பழக்கம் இல்லாத வாசனை வந்தால் தும்பிக்கையை தூக்கி அச்சுறுத்தும், ஆனால் ஒன்றும் செய்யாது. நினைவில் காடுள்ள மிருகத்திற்கு பார்வை போனதை எப்படி விவரிப்பது.

ஹிந்தரால் எதுவும் பிரச்சனை இல்லை. ஆனால் காட்டு யானைகளால் இந்தருக்கு பிரச்சனை வர வாய்ப்பிருக்கிறது. முகாமிற்குள் அவ்வப்போது காட்டு யானைகள் புகுந்து கும்கி யானைகளை தாக்குகிற சம்பவங்களும் நிகழும். இரண்டு கண்ணும் தெரியாத ஹிந்தர் யானையை பாம்போஸ் முகாமில் கட்டி வைத்திருக்கிறார்கள். காலை ஆற்றில் குளிப்பது, உணவு கொடுப்பது, மீண்டும் மாலை குளிக்க வைப்பது உணவளித்து மீண்டும் கட்டி வைப்பதென அதன் வாழ்க்கை அப்படியே மாறி போனது. தினமும் அதை குழந்தை போல பாவித்து கவனித்து வந்தார் தேவராஜ்.

கோவையைச் சுற்றியப் பகுதிகளில் அடிக்கடி காட்டு யானைகள் விவசாய நிலங்களுக்குள் புகுந்து அட்டகாசங்கள் செய்து வந்தது. அவற்றை விரட்ட டாப்ஸ்லிப் அல்லது முதுமலை முகாம்களில் இருந்துதான் யானைகளை அழைத்துச் செல்வார்கள். அதில் அதிக சிரமம் இருந்தது. அதற்கு மாற்றாக என்ன செய்யலாம் என யோசித்த வனத்துறை கோவை சாடிவயல் பகுதியில் 2011 ஆம் ஆண்டு ஒரு

யானைகள் முகாமை அமைத்தது. அதில் பாரி, நஞ்சன் என்கிற இரண்டு கும்கி யானைகள் பராமரிக்கப்பட்டு வந்தன.

2014-ம் ஆண்டு மேட்டுப்பாளையம் நலவாழ்வு முகாமுக்கு அழைத்துச் செல்லப்பட்ட நஞ்சன், மதம் பிடித்ததால் யானைகளுடன் ஏற்பட்ட மோதலில் உடல்நலம் குன்றியது. மருத்துவர்கள் அளித்த சிகிச்சை தோல்வியில் முடிய பிப்ரவரி மாதம் 25-ம் தேதி நஞ்சன் உயிரை விட்டது. சாடிவயல் முகாமில் பாரி யானையை மட்டும் வைத்து காட்டு யானைகளை விரட்ட முடியாது என்பதால் நஞ்சனின் இடத்துக்கு எந்த யானையை கொண்டு செல்வது என வனத்துறை யோசிக்கிறது. அப்படி யானையை அனுப்பினால் அதற்கு மாவூத்தாக யாரை அனுப்புவது என்கிற கேள்வியும் சேர்ந்தே எழுகிறது.

அந்த நேரத்தில் பள்ளிப் படிப்பை முடித்த மகளை கல்லூரிக்கு அனுப்ப வேண்டும் என தேவராஜ் முடிவு செய்தார். கோவையில் உள்ள ஒரு கல்லூரியில் தேவராஜ் மகளுக்கு இடம் கிடைத்தது. ஆனால் மகளுக்கு கோவை புது இடம். எப்படி மகள் சமாளிப்பாள் என்கிற கவலை தேவராஜுக்கும் இருந்தது.

அவரது குடும்பத்திற்கும் இருந்தது. அப்படி குழம்பி போய் இருந்த நேரத்தில் தான் முதுமலை முகாமில் இருந்து சுஜய் யானை சாடிவயல் செல்கிறது என்கிற தகவல் கிடைக்கிறது. சுஜய் யானைக்கு மாவூத்தாக சென்றால் மகள் படிப்பை முடித்து விடலாம் என மொத்த குடும்பமும் தேவராஜிடம் சொல்கிறது. மகள் படிக்க வேண்டுமானால் வேறு வழி இல்லை. சுஜய் யானைக்கு மாவூத்தாக கோவை போகிறேன் என நீங்களே போய் கேளுங்கள் என எல்லாரும் சொல்கிறார்கள்.

ஆனால் தேவராஜால் இந்தர் யானையை வேறு ஒருவரிடம் விட்டுவிட்டு வருவதற்கு தயக்கம். தன்னைப் போலவே இன்னொருவர்

யானையை பார்த்துக் கொள்வார்களா? என்கிற அச்சம் அவருக்கு இருந்தது. இந்தர் யானையை பிரிவோம் என அவர் எப்போதும் நினைத்தது இல்லை. ஆனால் காலம் எல்லாவற்றையும் மாற்றும், எல்லாம் மாறும் என்பதுதான் விதி. தேவராஜின் கோரிக்கையை ஏற்று அவரை சாடிவயலுக்கு அனுப்ப வனத்துறை ஒப்புதல் வழங்குகிறது.

அப்போது இந்தர் யானைக்கு காவடியாக இருந்த 23 வயது மாதனிடம் யானையை ஒப்படைத்து 'நல்லா பாத்துக்க, எங்கேயும் தனியா விடாத, மூணு வருஷம் தான் திரும்பி வந்துடுவேன் எனச் சொல்லி முதுமலையில் இருந்து குடும்பத்துடன் கிளம்புகிறார் தேவராஜ். ஏற்கனவே சில மாதங்கள் சுஜய் யானைக்கு காவடியாக இருந்த தேவராஜை சுஜய் யானை அடையாளம் கண்டு கொள்ளும். அதனோடு பழகுவதிலும் பெரிய சிக்கல் இல்லை. சாடிவயல் கொண்டு செல்வதற்கு முன் யானைக்கு லாரியில் ஏற்றி, இறக்கும் பயிற்சி கொடுக்கப்படுகிறது. சுஜய் யானைக்கு அப்போதிலிருந்து தேவராஜ் கட்டளைகளை வழங்க ஆரம்பித்தார். 10 ஆண்டுகள் தன்னுடைய வாழ்வாக இருந்த இந்தர் யானையை விட்டு 2015 ஆம் ஆண்டு மே மாதம் 13-ம் தேதி சுஜய் யானையோடு சாடிவயல் முகாமிற்கு வந்து சேர்கிறார் தேவராஜ். இந்தர் கொடுத்த வலியை விட சுஜய் கொடுத்த வலி வாழ் நாளுக்கும் தேவராஜால் மறக்க முடியாதது...

ஒற்றை தந்தம் சுஜய்யின் கதை

குடும்பத்துடன் சாடிவயல் வந்து சேர்கிற தேவராஜ் மகளை சாடிவயல் அருகிலுள்ள கல்லூரியில் சேர்த்து விடுகிறார். சாடிவயலில் இருந்தாலும் இந்தர் யானையின் உடல் நிலை குறித்து அவ்வப்போது கேட்டறிகிறார். ஆறு மாதங்களுக்கு ஒரு முறை முதுமலை சென்று இந்தர் யானையைப் பார்த்து வருகிறார். ஒரு முறை அவர் இந்தர் யானையை வந்து பார்த்து செல்கிற காட்சியை பார்க்க நேர்ந்தது எனக்கு கிடைத்த வரம் என கருதுகிறேன்.

முதுமலை சென்றிருந்த போது ஒரு நாள் இந்தர் யானையை காட்டுகிறேன் வாருங்கள் என தேவராஜ் அழைத்துச் சென்றார். நான்கு பக்கமும் மரங்கள் இருக்கிற பாம்போஸ் முகாமில் ஒற்றை குச்சியை எடுத்து கொண்டு எனக்கு முன்பாக நடந்து சென்றார். ஒரு இடத்தில் என்னை நிறுத்தி அதுதான் இந்தர் யானை என்றார். ஆற்றின் ஓரத்தில் இருக்கிற பெரிய மரத்தில் இந்தர் யானை கட்டி வைக்கப்பட்டிருந்தது. தும்பிக்கையை ஆட்டிக் கொண்டே நின்றிருந்தது. இந்தர் யானைக்கு இரண்டு கண்களும் தெரியாது என்கிற ஒரு விஷயம் மட்டுமே எனக்குள் ஓடிக் கொண்டிருந்தது. எப்படி தேவராஜை அடையாளம் கண்டு கொள்ளும் என்கிற கேள்வி எனக்குள் இருந்தது. 'யானைக்கு கண்ணு மட்டும்தான் தெரியாது, ஆனா என்னை எப்படி கண்டுபிடிக்கும்

பாருங்கள்' என்று தேவராஜ் சொல்லிக் கொண்டே ஒரு வித ஓசையை எழுப்பினார்.

தும்பிக்கை மட்டுமே ஆடிக் கொண்டிருந்த யானையின் மொத்த உடலும் ஒரு நொடி ஆடி அப்படியே அசைந்து நின்றது. எனக்கு மெய் சிலிர்த்து விட்டது. இருநூறு மீட்டர் தூரத்தில் என்னை நிறுத்திவிட்டு அவர் இந்தரிடம் சென்று ஏதோ பேசிக் கொண்டிருந்தார். இந்தர் தும்பிக்கையை தரையை நோக்கி வைக்கவே இல்லை. பூமிக்கும் ஆகாயத்திற்கும் இடையில் வைத்து ஏதேதோ காற்றில் பேசிக் கொண்டே இருந்தது. ஒரு சில நொடிகள் இந்தரின் தும்பிக்கை தேவராஜின் தோள்களில் இருந்தது. இந்தரை பார்த்து திரும்பிய தேவராஜை கவனித்தேன், கண்கள் கலங்கி இருந்தாலும், மிகப் பெரிய வீரனாக எனக்குத் தெரிந்தார். இந்தருக்காக வாழ்கிறவர்கள் பாக்கியவான்கள் என நினைத்து கொண்டேன். தேவராஜ் வாழ்க்கையில் இந்தர் யானையின் பயணம் முடிவுக்கு வந்து விட்டது. இனி அவருக்கு எல்லாமே சுஜய் தான்.

சுஜய் யானை காட்டில் பிடிக்கப்பட்டு கும்கி யானையாக மாறவில்லை. யானைகள் எப்போதாவதுதான் இரட்டை குட்டிகளை பெற்றெடுக்கும். 1971-ம் ஆண்டு மே மாதம் 20 -ம் தேதி முகாமிலிருந்த தேவகி என்கிற பெண் யானை ஒரே பிரசவத்தில் இரண்டு குட்டிகளை ஈன்றது. இப்போது இரண்டு யானைகளுக்கும் 51 வயதாகிறது. ஒன்றின் பெயர் சுஜய், இன்னொன்று விஜய். சுஜய் பிறந்த 30 நிமிடங்கள் கழித்து விஜய் பிறந்தது. அண்ணன் தம்பிகளான இரண்டுமே எப்போதும் ஒன்றாகவே இருக்கும். இரண்டு குட்டிகளும் முதுமலை முகாமில் கும்கி பயிற்சி பெற்றவை. பல்வேறு ஆப்ரேஷன்களில் இரண்டு யானைகளுமே பல சாகசங்களை நிகழ்த்தி இருக்கின்றன.

காட்டு யானைகளை விரட்டுவதிலும் பிடிப்பதிலும் சுஜய் யானை அனுபவம் பெற்றது. பல காட்டு யானைகளைப் பிடிக்க காரணமாயிருந்தது. தெரிந்தோ தெரியாமலோ யானைகள் குறித்த கறுப்பு பக்கத்தில் இடம் பெறும் துர்பாக்கிய நிலைக்குக் காலம் சுஜயை கொண்டு சென்றது. கோவை மதுக்கரை பகுதியில் ஊருக்குள் புகுந்து அட்டகாசம் செய்த ஒற்றைக் காட்டு யானையைப் பிடிக்க ''மதுக்கரை மகாராஜா'' என்கிற பெயரில் மிஷன் ஒன்றை வனத்துறை தொடங்கியது. அந்தப் பணியில் நான்கு கும்கி யானைகள் இணைந்தன. சாடிவயலில் இருந்து சுஜய், பாரி டாப்ஸ்லிப் முகாமில் இருந்து கலீம், முதுமலையில் இருந்து விஜய் ஆகிய நான்கு கும்கிகள் பயன்படுத்தப்பட்டன. நான்காவதாக முதுமலையில் இருந்து கொண்டு வரப்பட்டு குழுவில் இணைந்தது சுஜய்யின் தம்பி விஜய். மிஷன் ஆரம்பித்து ஒற்றை யானையைப் பிடிக்கும் பணி தீவிரமாக மேற்கொள்ளப்பட்டது. கும்கி யானைகள், வனத்துறை அதிகாரிகள், மக்கள் என ஒற்றை யானையைக் குறி வைத்துப் பின் தொடர்ந்தார்கள்.

காட்டு யானையான மகாராஜாவை ஒரு வித பதற்றத்துக்கு கொண்டு வந்து அதன் பிறகு பிடிப்பதென யானையைப் பயமுறுத்த ஆரம்பித்தார்கள். யானையைப் பதற்றப்படுத்துவது எவ்வளவு முக்கியமோ அவ்வளவு முக்கியம் அதை சாந்தப்படுத்துவது. சம்பவ இடத்தில் கும்கி யானையிடம் எவ்வளவு ஆக்ரோஷம் இருக்கிறதோ அதே அளவுக்குக் காட்டு யானையிடம் ஒரு துயரம் இருக்கும். மிகப் பெரிய படை பலத்துக்கு முன் துயரங்களை காலம் ஒருபோதும் கணக்கில் கொள்வதே இல்லை. பல நூறு பேருக்கு முன்னால் நான்கு கும்கி யானைகளின் உதவியுடன் மயக்க ஊசி மூலம் மகாராஜா பிடிக்கப்பட்டது. பிடித்த பிறகு மகாராஜாவை ஒரு பூச்சியைப் போல வழிநடத்தினார்கள். யானைக்கு இரு புறமும் கும்கிகள் அதை முட்டித் தள்ளிக் கொண்டிருந்தன. கழுத்தில் கட்டப்பட்ட கயிற்றை லாரிக்கு

பக்கத்திலிருந்த சுஜய் யானை பலம் கொண்டு இழுத்துக்கொண்டிருந்தது. பயமுறுத்தி, பதற்றப்படுத்தி, காயப்படுத்தி காட்டு யானைக்கு எதிராக அங்கே தொடுக்கப்பட்ட எல்லாமே துயரம்தான். நான்கு கும்கி யானைகளும் ஒவ்வொரு விஷயத்திற்காகவும் பெயர் பெற்றவை. அதிலும் டாப்ஸ்லிப் கலீம் யானை சம்பவ நேரங்களில் உக்கிரமாக இருக்கிற யானை. உண்மையைச் சொல்ல வேண்டுமானால் நான்கு முனை தாக்குதலை ஒற்றை யானை எதிர் கொள்ள வேண்டி இருந்தது. சுற்றியிருந்த மக்கள் ஏதோ கிரிக்கெட் போட்டியைப் பார்ப்பது போல ஆரவாரம் செய்து கொண்டிருந்தார்கள். தொலைக்காட்சிகள் சம்பவத்தை நேரலை செய்துகொண்டிருந்தன. யானை பிடிக்கப்பட்டு லாரியில் ஏற்றும் வரை ஒட்டுமொத்த தமிழகமும் பதற்றத்தில்தான் இருந்தது. ஒட்டு மொத்த அழுத்தமும் வனத்துறையின் மீது திணிக்கப்பட்டதால் யானையைப் பிடிப்பதில் மட்டுமே வனத்துறை தீவிரமாக இருந்தது. வெற்றிக் கொண்டாட்டத்தில் காட்டு யானை மிகப் பெரிய பதற்றத்தில் இருந்ததை யாரும் கவனிக்காமல் விட்டுவிட்டனர். உளவியலாகவும் மகாராஜா பாதிக்கப்பட்டிருந்தது.

எவ்வளவோ காட்டு யானைகளைப் பிடித்திருந்தாலும் சுஜையும் தேவராஜூம் இந்த அளவுக்கு ஒரு போராட்டத்தை எதிர்கொண்டதில்லை. சூழ்நிலை கும்கி யானைகளை மூர்க்கமாக்கி வைத்திருந்தது. பிடிக்கப்பட்ட காட்டு யானையை சாந்தப்படுத்தாமல் அதை உடனே டாப்சிலிப் கொண்டு போகும் முயற்சியில் வனத்துறை இறங்கியது. லாரியில் ஏற்றப்பட்ட மகாராஜாவுக்கு மேலும் ஒரு மயக்க ஊசி செலுத்தப்பட்டது. ஊசி செலுத்தியதும் யானையின் உடல் சிலிர்த்து அடங்கிய காட்சியை அதன் இடத்திலிருந்து பார்த்தால் ஈரக்குலையே நடுங்கும். மிஷனுக்கு மகாராஜா எனப் பெயர் வைத்த வனத்துறை அந்தப் பெயருக்கேற்ற மரியாதையைச் செய்யவில்லை

என்பதற்குப் பதிவு செய்யப்பட்ட காட்சிகள் சாட்சியாக இப்போதும் இருக்கின்றன. எல்லாம் முடிந்து மகாராஜா லாரியில் டாப்ஸ்லிப் கொண்டு செல்லப்பட்டது. டாப்ஸ்லிப்பில் தயார் செய்யப்பட்டிருந்த கரோலில் மகாராஜா அடைக்கப்பட்டது. கரோலிலிருந்து வெளியே வரவே முயற்சி செய்தது. காட்டிலிருந்த எந்த யானையும் கரோலில் அடைத்தால் அதைத்தான் செய்யும். மகாராஜா மேற்கொண்ட முயற்சிகள் எல்லாம் முடிவுக்கு வந்தது. பிடிக்கப்பட்ட இரண்டாவது நாள் 2016-ம் ஆண்டு ஜூன் 21-ம் தேதி மகாராஜா இறந்து போனது. கரோலில் முட்டி மோதியதால் மகாராஜா இறந்து போனதாக வனத்துறை கூறியது. இறப்புக்கு ஏதேதோ காரணங்கள் சொல்லப்பட்டது. ஆனால், அவை மட்டுமே காரணம் எனச் சொல்லிவிட்டு கடந்து விட முடியாது.

சம்பவம் நடந்த பிறகு சுஜய் மீண்டும் சாடிவயலுக்கு கொண்டு செல்லப்பட்டது. பல யானைகளைக் காட்டுக்குள் விரட்ட வனத்துறைக்கு உதவியது. ஒருவனுக்கு ஆசானாக இருக்கிற அதே காலம் இன்னொருவனுக்கு குற்றவாளியாக இருக்கிறது. 2017 ஜனவரி மாதம் 17-ம் தேதி எப்போதும் போல சாடிவயல் முகாமில் சுஜய் மற்றும் பாரி யானைகள் இரண்டும் கட்டி வைக்கப்பட்டிருந்தன. சுஜய் யானைக்கு அப்போது மதம் பிடித்திருந்தது. தேவராஜ் கூடுதல் கவனமெடுத்து சுஜய்யை கவனித்துக் கொண்டார். இரவு பத்து முப்பது மணிக்கு இரவு உணவை முடித்துக் கொண்டு சுஜய் யானையின் காவலுக்கு கிளம்பினார் தேவராஜ்.

அன்றைய காலை மூன்று முப்பது மணி வரை எல்லாம் நன்றாகப் போய்க்கொண்டிருந்தது. அப்போது வரை முழித்து இருந்து சுஜைக்கு காவலுக்கு இருந்த தேவராஜ் தூங்கச் செல்கிறார். அதன்பிறகு நடந்த அந்த ஒரு சம்பவம் சுஜய்யின் வாழ்க்கையைத் திருப்பி போட்டுவிட்டுப் போனது. முகாம் எப்போதும் போல அமைதியாய்

இருக்கிறது. மாவூத்துகள் மற்றும் வன ஊழியர்கள் தூக்கத்தில் இருக்கிறார்கள். யாரும் எதிர்பார்க்காத சமயத்தில் காட்டுக்குள் இருந்து மதம் பிடித்த காட்டு யானை ஒன்று முகாமிற்குள் நுழைகிறது. அதன் சத்தம் வனத்தையே மிரட்டுமளவிற்கு இருந்தது. முகாமிற்குள் புகுந்த யானை நேராகக் கும்கி யானைகள் இருக்கிற இடத்திற்கு வருகிறது. காட்டு யானையின் சத்தத்தில் சுஜய்யும் பாரியும் சுதாரித்துக் கொள்கின்றன. முகாமிற்குள் புகுந்திருப்பது மதம் பிடித்த யானை என்பதால் என்ன நடக்குமென்பதை யூகிக்க முடியாமல் போகிறது. உடனடியாக முகாம் விழித்து கொள்கிறது. தேவராஜ் பயத்தில் அலறிக்கொண்டு ஓடி வருகிறார். மொத்த குடும்பமும் அவரைப் பின் தொடர்ந்து வருகிறார்கள்.

சுஜய் யானை காட்டு யானையை முழுமையாகக் கட்டுப்படுத்த முடியாவிட்டாலும் அதைச் சமாளிக்கும் திறன் பெற்றது. அதற்கான பயிற்சிகளை முதுமலையில் பெற்றிருக்கிறது. இப்போது இருக்கிற பெரிய பிரச்சனையே சுஜய்யின் கால்கள் கட்டப்பட்டிருப்பதுதான். கட்டி வைக்கப்பட்டிருந்த கும்கி யானைகளைப் பார்க்கிற காட்டு யானை மேலும் மூர்க்கமாகிறது. சுஜய்யை நோக்கிக் காட்டு யானை வேகமாக ஓடுகிறது. சுதாரித்துக் கொண்ட சுஜய்யும் காட்டு யானையை எதிர்த்து நிற்கிறது. காட்டு யானை சுஜய்யின் முகத்திற்கு நேராக தன்னுடைய தந்ததால் குத்துகிறது. பல காட்டு யானைகளைப் பிடித்து பழக்கப்பட்ட சுஜய் பதிலுக்கு காட்டு யானையைத் தாக்குகிறது.பல இக்கட்டான நேரங்களில் தனக்குத் தோள் கொடுத்த சுஜய்க்கு உதவ முடியாமல் போனதை நினைத்துப் பாரி யானை கோபத்தில் பிளிறுகிறது.

சுஜய்யின் கால்கள் கட்டிப் போட்டிருப்பதால் அதன் முழு பலத்தையும் பயன்படுத்திக் காட்டு யானையைத் தாக்க முடியவில்லை. இரண்டு யானைகளின் சத்தமும் முகாம் முழுமைக்கும்

எதிரொலிக்கிறது. தேவராஜ் வாழ்க்கையில் முதன் முதலாக கையறு நிலையில் இருக்கிறார். மாவூத்துகள், மற்றும் வன ஊழியர்கள் பதறி எழுந்து ஓடி வருகிறார்கள். இரண்டு யானைக்கும் உச்சக்கட்ட மோதல் நடக்கிறது. வன ஊழியர்கள் பட்டாசுகளை கொளுத்திப் போடுகிறார்கள். ஆனால் காட்டு யானைக்கு மதம் பிடித்திருப்பதால் எதையும் சட்டை செய்யாமல் மூர்க்கமாக சுஜய்யை தாக்குகிறது. பாரி யானையின் கால்களும் கட்டப்பட்டிருப்பதால் அதனாலும் சுஜய்க்கு உதவியாக வர முடியவில்லை. சுமார் இருபது நிமிடங்கள் இரண்டு யானைக்கும் சண்டை நடக்கிறது. எவ்வளவோ போராடியும் சுஜய்யால் காட்டு யானையைச் சமாளிக்க முடியாமல் போகிறது. மொத்த பலத்தையும் தந்தத்தில் கொண்டு வந்த காட்டு யானை சுஜய்யை பலமாக தாக்குகிறது. முடிவில் காட்டு யானை சுஜய்யின் வலது பக்க தந்தத்தை வேரோடு பிடுங்கி போட்டு விடுகிறது. ஆனாலும் சண்டை நின்றபாடில்லை, ஒரு தந்தத்தை இழந்தாலும் சுஜய் காட்டு யானையை எதிர் கொள்கிறது. வன ஊழியர்கள் நெருப்பு மற்றும் பட்டாசுகளை கொளுத்திக் காட்டு யானையின் பக்கமாக வீசுகிறார்கள். அப்போதுதான் காட்டு யானை மீண்டும் காட்டுக்குள் ஓடிவிடுகிறது.

தந்தம் பிடுங்கப்பட்டு கீழே கிடக்கிறது. ரத்தம் சொட்டச் சொட்ட சுஜய் யானை கட்டி வைக்கப்பட்டிருந்த இடத்தையே சுற்றி வருகிறது. தேவராஜ் கண்ணீர் விடுகிறார். ஒட்டு மொத்த குடும்பமும் கண்ணீர் சிந்துகிறார்கள். சுஜய்யின் நிலை எல்லோரையும் கவலைக் குள்ளாக்குகிறது. தனக்கென தனி பெரும் கதைகளை கொண்ட சுஜய் தன்னுடைய ஒரு தந்தத்தை இழந்து நின்றது. அன்றைய நாள் தேவராஜின் வீட்டில் அடுப்பு பற்ற வைக்கவில்லை. யாரும் உணவருந்தவும் இல்லை. தேவராஜ் நமக்கு மட்டும் ஏன் இப்படியெல்லாம் நடக்கிறது எனப் புலம்புகிறார்.

பொதுவாக யானைகளின் தந்தம் உடைந்து விட்டால் வளர்ந்துவிடும். ஆனால் தந்தம் முழுவதுமாக வெளியே வந்துவிட்டதால் இனி சுஜய்க்கு இன்னொரு தந்தம் என்பது வாய்ப்பில்லாமல் போகிறது. சுஜய் ரத்தம் சொட்ட சொட்ட வேதனையில் துடிக்கிறது. சுய நினைவோடு இருக்கையில் சாதாரணமாக ஒரு பல்லைக் கூட நம்மால் பிடுங்கிவிட முடியாது.ஆனால் ஒரு தந்தமே பிடுங்கப்பட்டிருக்கிறது. 5 டன் கொண்ட யானையைக் காலம் 30 நிமிடங்களில் மொத்தமாக நிலை குலையச் செய்கிறது. உடனடியாக வனத்துறை கால்நடை மருத்துவர் வரவழைக்கப்படுகிறார். சுஜய்க்கு மருத்துவ சிகிச்சை தொடங்குகிறது. மருத்துவ சிகிச்சைக்கு முழு ஒத்துழைப்பையும் சுஜய் கொடுக்கிறது. வனத்துறை மருத்துவர் தனி கவனமெடுத்து சுஜய்க்கு சிகிச்சையளிக்கிறார். உடனிருந்து தேவராஜ் சுஜய் யானையை கவனித்துக் கொள்கிறார். ஒரு மாதத்தில் சுஜய்யின் காயம் கொஞ்சம் கொஞ்சமாக ஆற ஆரம்பிக்கிறது. நாட்கள் செல்லச் செல்ல முகாமில் சின்னச் சின்ன வேலைகளுக்கு சுஜய்யை பயன்படுத்துகிறார்கள். தந்தம் இழந்ததை மறந்து கொடுத்த வேலைகளை சிறப்பாகச் செய்ய ஆரம்பிக்கிறது.

கும்கி யானைகளுக்குத் தந்தம் மிக முக்கியமான ஒன்று. தந்தத்தைக் கொண்டே காட்டு யானைகளை விரட்டவும், பிடிக்கவும் முடியும். இப்போது சுஜய் மீண்டும் பழைய நிலைக்குத் திரும்புமா? கும்கியாகப் பயன்படுத்த முடியுமா? என்கிற கேள்வி எழுகிறது. பலகட்ட சிகிச்சைகளுக்குப் பிறகு சுஜய் நல்ல ஆரோக்கிய நிலைக்குத் திரும்புகிறது. சுஜய் இயல்பு நிலைக்குத் திரும்பிய காலகட்டத்தில் காட்டு யானைகள் மீண்டும் ஊருக்குள் வர ஆரம்பித்தன. முகாமில் இப்போதைக்குக் காட்டு யானைகளை விரட்ட முழு பலத்தோடு இருப்பது பாரி மட்டும்தான். சுஜய்யை வைத்து இனி காட்டு

யானைகளை விரட்ட முடியாது என்கிற முடிவுக்கு வருகிற வனத்துறை வேறு ஒரு கும்கி தேவை என அரசுக்குத் தகவல் கொடுக்கிறது. இப்படியான இக்கட்டான சூழ்நிலையில் ஒரு கும்கி மட்டுமே இருந்த நேரத்தில் வெள்ளலூர் அருகே ஒற்றைக் காட்டு யானை ஒன்று ஊருக்குள் புகுந்தது. 2017-ம் ஆண்டு ஜூன் மாதம் இரண்டாம் தேதி விடியற்காலை 3 மணிக்கு ஊருக்குள் புகுந்த காட்டு யானை கணேசபுரம் என்கிற கிராமத்தில் தூங்கிக்கொண்டிருந்த 12 வயது காயத்ரி என்கிற சிறுமியை மிதித்துக் கொன்றது. அதோடு நிற்காமல் அதே பகுதியில் மேலும் 3 பேரைக் கொன்றது. வெள்ளலூர் கிராமம் முழுவதும் பதற்றம் தொற்றிக் கொள்கிறது.

தகவல் தெரிந்து முதலில் 20-க்கும் மேற்பட்ட வன ஊழியர்கள் அதிகாரிகள் சம்பவ இடத்துக்கு விரைந்து வருகிறார்கள். 4 பேர் இறந்திருப்பதால் மேலும் பிரச்னை ஏற்படாமல் இருக்கக் காவல்துறையும் வனத்துறையோடு கை கோர்க்கிறது. சுமார் 70 காவல்துறை அதிகாரிகள் சம்பவ இடத்துக்கு வருகிறார்கள். ஒலிபெருக்கி மூலம் பொதுமக்கள் யாரும் வெளியே வர வேண்டாமென எச்சரிக்கப்படுகிறார்கள்.

யானை அங்கிருந்த ஒரு தோட்டத்தில் பதுங்கி இருப்பதை உறுதி செய்கிறார்கள். காலை 7 மணிக்கு யானையைப் பிடிக்கும் வேலையைத் தொடங்குகிறார்கள். சாடிவயலிலிருந்து பாரி யானை சம்பவ இடத்துக்குக் கொண்டு வரப்படுகிறது. கோவையின் ஏழு வனச்சரக அதிகாரிகளும் யானையைப் பிடிக்கிற பணியில் இணைந்து கொள்கிறார்கள். 30க்கும் மேற்பட்ட வேட்டைத் தடுப்புக் காவலர்களும் வனத்துறையோடு இணைகிறார்கள். யானை பதுங்கி இருந்த இடத்திலிருந்து 2 கிலோ மீட்டர்கள் வரை இருக்கிற இடங்கள் காவல் துறையின் கட்டுப்பாட்டில் வருகிறது. பொதுமக்கள் வீட்டின் மேற்

கூரையில் இருந்து நடப்பதை பார்த்துக்கொண்டிருக்கிறார்கள். யானை பதுங்கி இருந்த இடம் மேடும் பள்ளமுமாக இருந்ததால் 3 ஜேசிபிகள் கொண்டுவரப்பட்டு மண்ணை அள்ளிப் போட்டு மேடு பள்ளங்களை சரி செய்கிறார்கள். ஏற்கெனவே மதுக்கரை மகாராஜா யானை விஷயத்தில் பல விமர்சனங்களை வனத்துறை சந்தித்திருப்பதால் இப்போது மிகுந்த கவனமுடன் செயல்படுகிறார்கள்.

காட்டு யானை பதுங்கி இருந்த இடத்தைச் சுற்றி வளைக்கிறார்கள். யானை மூர்க்கத்தனமாக இருப்பதை உணர்கிற வனத்துறை அமைதி காக்கிறார்கள். யானை கோபத்தில் மண்ணை அள்ளி தன்மீது போட்டுக் கோபத்தை மற்றவர்களுக்குத் தெரிவிக்கிறது. நேரம் பார்த்து காத்திருந்த வனத்துறை சரியாக 12.30 மணிக்கு முதல் மயக்க ஊசியைத் துப்பாக்கி மூலம் யானைக்குச் செலுத்துகிறார்கள். ஊசியை வாங்கிய யானை தன்னுடைய உடலை மொத்தமாகச் சிலுப்புகிறது. மயக்க ஊசி வேலை செய்ய வேண்டும் என்பதால் யானையைப் பயமுறுத்துகிறார்கள். யானை மயக்கமடைந்து கீழே விழுகிறது. இந்தச் சந்தர்ப்பத்தைப் பயன்படுத்திக் கொள்கிற வனத்துறை யானையின் நான்கு கால்களிலும் கயிற்றைக் கட்டுகிறார்கள். ஒவ்வொரு கயிறும் அங்கிருந்த ஜேசிபி வாகனங்களில் இணைக்கப்பட்டிருக்கிறது. யானை மயக்கம் தெளிந்து எழுவதற்காக யானையின் மீது தண்ணீரை பாய்ச்சுகிறார்கள். காட்டு யானை மயக்கம் தெளிந்து எழுந்ததும் அதைக் கயிறு மூலமாக லாரியில் ஏற்ற வனத்துறை முயல்கிறது. ஆனால், மயக்கம் தெளிந்து எழுந்த காட்டு யானை யாருக்கும் கட்டுப்படாமல் தப்பித்துப் போக முயல்கிறது. ஜேசிபி இயந்திரங்களால் யானையின் காலில் கட்டப்பட்டிருந்த கயிற்றை இழுக்கிறார்கள். யானை தடுமாறுகிறது. யானையை லாரியில் ஏற்றுவதில் தாமதம் ஏற்படவே 1.30 மணியளவில் மேலும் ஒரு மயக்க ஊசியை வனத்துறை யானைக்குச் செலுத்துகிறது. மூன்று பக்கமும் ஜேசிபி வாகனங்கள் யானையை

இழுத்துக் கொண்டிருப்பதால் பாரி யானை லாரிக்கு அருகில் நின்று கொண்டிருக்கிறது.

பல கட்ட முயற்சிகளுக்குப் பிறகு காட்டு யானையை மூன்று பக்கமும் ஜேசிபி உதவியுடன் லாரியில் ஏற்றுகிறார்கள். எப்போதும் காட்டு யானைகளைக் கும்கி யானைகளைக் கொண்டே பிடித்து பின்னர் லாரியில் ஏற்றுவார்கள். ஆனால், வெள்ளலூரில் ஜேசிபி உதவியுடன் காட்டு யானையைப் பிடித்து லாரியில் ஏற்றினார்கள். லாரியில் ஏற்றப்பட்ட காட்டு யானை பின்னர் டாப்சிலிப் முகாமுக்குக் கொண்டு செல்லப்பட்டது. சாடிவயல் முகாமில் பாரி மட்டுமே கும்கி பணிக்குப் பயன்படுத்தப்பட்டதால் வேறு இரண்டு கும்கி யானைகள் வேண்டுமெனக் கோரிக்கை வைக்கிறார்கள். சுஜய் தந்தம் இழந்திருப்பதாலும், பாரி யானைக்கு வயதானதாலும் இரண்டு யானைகளையும் ஓய்வுக்காக முகாமுக்கு அனுப்ப வனத்துறை முயன்றது. இதற்கு இடையில் மீண்டும் காட்டு யானைகள் ஊருக்குள் வர ஆரம்பித்தன. பெரியநாயக்கன் பாளையம் சுற்றியுள்ள பகுதிக்குள் காட்டு யானைகள் புகுந்ததால் அவற்றை விரட்ட கும்கி யானையைக் கொண்டு வர வேண்டுமென பொதுமக்கள் போராடுகிறார்கள். டிசம்பர் மாதம் 14-ம் தேதி காட்டு யானைகளை விரட்ட சுஜய் களத்துக்குச் சென்றது. கும்கி யானை இருப்பது தெரிந்தால் காட்டு யானைகள் வராது என்கிற ஒரே காரணத்திற்காகக் சுஜய் யானை தேவராஜோடு அந்தப் பகுதியில் நிறுத்தப்பட்டது. ஒரு கும்கி யானையை கும்கியாக நடிக்க வைத்த சம்பவம் வரலாற்றில் நடந்ததும் அன்றைய தினம்தான்.

பாரி மற்றும் சுஜய் இரண்டு யானைகளுக்கும் கும்கி பணியிலிருந்து ஓய்வு கொடுக்க முடிவு செய்யப்பட்டு பாரி டாப்ஸ்லிப் முகாமுக்கும், சுஜய் தன்னுடைய தாய் வீடான முதுமலைக்கும் கொண்டு செல்வதென முடிவானது. அதன்படி 2018 ஆம் ஆண்டு ஏப்ரல் மாதம் இரண்டாம்

தேதி ஒற்றைத் தந்தத்தோடு தன்னுடைய தாய் வீடு திரும்பியது. தாய் தேவராஜை மனதளவில் வெகுவாக காயப்படுத்தியது. ஏனெனில் இரண்டு கண்களும் தெரியாத இந்தர் இருக்கிற அதே பாம்போஸ் முகாமிற்குத்தான் இப்போது சுஜய் வந்து சேர்ந்திருக்கிறது. காலம், மூன்று பேரின் வாழ்க்கையில் நடந்த எல்லா துயரங்களையும் மறக்க வைத்து இப்போது ஒன்று சேர்த்து வைத்திருக்கிறது. முதுமலை வந்து சேர்ந்த சுஜய் முன்பை விட அதிகமாய் இயங்க ஆரம்பித்திருக்கிறது. கால்நடை மருத்துவர்கள் காட்டு யானைகளுக்கு சிகிச்சை அளிக்க சுஜய் தான் காட்டுக்குள் சுமந்து செல்கிறது. கடந்த பிப்ரவரி மாதம் 12-ம் தேதி பிடிக்கப்பட்ட காட்டு யானை சங்கரைப் பிடிக்கும் கும்கிகள் குழுவில் சுஜையும் இடம் பிடித்தது. உடன் விஜய் யானையும் இருந்தது கூடுதல் சுவாரசியம். சுஜய்க்கு தற்போது 51 வயதாகிறது. ஓய்வு பெற இன்னும் 7 ஆண்டுகள் உள்ளன. அது வரை கும்கி பணியில் இருக்கும் என்கிறார் தேவராஜ்.

ஜார்ஜ் அந்தோணி சாமி

முகாமிலிருந்து காணாமல் போன 'வசீம்'!

வருடத்திற்கு இருபது முறைக்கும் மேலாக முதுமலை சென்றுவிடுவேன். வேலை இல்லை என்றால் முதுமலைக்குச் செல்வது எனக்கு அனிச்சை செயலாகிவிட்டது. காலை ஏழு மணிக்கு முதுமலை தெப்பகாட்டில் ஓடும் மாயாற்றில் அமர்ந்து நிகழ்வுகளை உள்வாங்க ஆரம்பித்தால் அவ்வளவு சிலிர்ப்பாக இருக்கும். ஆற்றின் இரண்டு கரைகளிலும் யானையை குளிப்பாட்டிக் கொண்டிருப்பார்கள். யானையை தேய்த்து குளிக்க வைக்க பலமான ஒரு பிரஷ் வைத்து தேய்ப்பார்கள். நான்கைந்து யானைகளின் தோலில் இருந்து வருகிற அந்த இசை எப்போது நினைத்தாலும் உள்ளுக்குள் கேட்டுக் கொண்டே இருக்கும். காடு உயிர் என்றால் அங்கிருக்கிற ஆறுதான் அதனுடைய ரத்தம். அது ஓடுகிற சத்தம் அவ்வளவு துல்லியமாய் கேட்கும். 2018 மார்ச் மாதம் 12-ம் தேதி ஆற்றில் நான்கைந்து யானைகளை அதன் காவடிகள் குளிப்பாட்டிக் கொண்டிருந்தார்கள். காவடிகள் சொல்லுகிறபடிக்கு யானைகள் அதன் உடலை வளைத்துக் கொடுத்துக்கொண்டிருந்தது. பிரஷ்ஷில் யானையைத் தேய்ப்பது தூங்குகிற ஓர் உலகத்தை எழுப்புவது போல ஒலித்துக்கொண்டிருந்தது. ஆற்றின் ஓரத்தில் நின்று ஒவ்வொரு யானையின் அசைவுகளையும் பார்த்துக் கொண்டே இருந்தேன். அவ்வளவு பெரிய உயிரினத்தை

எவ்வளவு அழகாய் வேலை வாங்குகிறார்கள். யானையை அதன் உலகத்துக்குள் சென்று அவ்வளவு பக்கத்தில் இதற்கு முன்பு பார்த்து பரவசமடைந்ததில்லை. ஆற்றில் வலது புறமாகப் படுத்து குளித்துக்கொண்டிருந்த ஒரு யானையை அதன் காவடி ஏதோ சொல்லி அழைக்கிறார், அடுத்த நொடி அந்த யானை எழுந்து நின்றுவிட்டு மீண்டும் இடது புறமாக படுக்கிற அந்த ஒரு நொடியின் பரவசத்தை பல நிமிடங்களுக்கு எனக்குள் தக்கவைத்திருந்தேன். வேடிக்கை பார்த்துக்கொண்டே இருந்ததில் திடீரென ஒரு குரல் ''அந்தப் பக்கம் போவாதீங்க. அங்க மதம் பிடிச்ச வசீம் கட்டிருக்கு'' என்றது. பயந்து போய் திரும்பிப் பார்த்ததில் ஐம்பது மீட்டர் சங்கிலியால் வசீம் கட்டிவைக்கப்பட்டிருந்தது.

வசீம் 1978 ஆம் ஆண்டு ஜனவரி மாதம் 31-ம் தேதி முதுமலையில் பிறந்தது. இப்போது 44 வயதாகிற வசீம் யானைக்கு கிருமாறனின் மகன் மாண்பன்தான் மாவூத்தாக இருக்கிறார். கிருமாறன் யானைகளை வளர்ப்பதை மற்றவர்கள் பார்த்தாலே அவர் மீது காதல் கொள்வார்கள். அப்பாவோடு இருந்த மாண்பனுக்கு இயல்பாகவே யானைகள் மீது பற்று அதிகரிக்கிறது. பல யானைகளுக்கு காவடியாக இருந்தவர்; ஒன்பது வருடங்களுக்கு முன்புதான் வசீம் யானைக்கு மாவூத்தாக நியமிக்கப்பட்டிருந்தார்.

2016 ஆம் ஆண்டு செப்டம்பர் மாதம் ஒருநாள் மாலை 4 மணிக்கு வசீம் சங்கிலியால் கட்டப்படாமல் முகாமில் இருந்திருக்கிறது. திடீரென அதன் மாவூத் மாண்பன் அசந்த நேரத்தில் யாருக்கும் தெரியாமல் காட்டுக்குள் ஓடிவிடுகிறது. அப்போது வசீம் யானைக்கு மதம் பிடிப்பதன் அறிகுறிகள் தென்பட்ட ஆரம்பக் காலம். யானையைக் காணாமல் மாவூத் எல்லா இடங்களிலும் தேட ஆரம்பிக்கிறார். முதுமலை யானைகள் முகாமின் எல்லையில் யானை இல்லை என்றதும் தகவலை வனத்துறைக்குத் தெரியப்படுத்துகிறார்கள். மற்ற நேரங்களில்

யானை காட்டுக்குள் சென்றிருந்தால் அடுத்த நாள் காலையில் திரும்பி வந்துவிடும். ஆனால், மதம் பிடித்த வசீம் யானை எங்கு செல்லும், என்ன செய்யும்? என யாராலும் கணிக்க முடியாது. காணாமல் போன வசீமை உடனடியாகப் பிடித்தாக வேண்டும் என்பதால், அன்றைய தினம் மாலை 6 மணிக்கு யானையைத் தேடி முகாமிலிருக்கிற கால்நடை மருத்துவர் உள்பட 15 பேர் வனத்துக்குள் செல்கிறார்கள். முதுமலை முகாமில் இருக்கிற யானைகள் தவிர்த்து புலிகள் காப்பகத்தில் நோய்வாய்ப்பட்டிருக்கிற காட்டு யானைகள், புலி, சிறுத்தை, கரடி, செந்நாய், முள்ளம்பன்றி, புழு, பூச்சி, பாம்பு, பல்லி, பறவைகள் என எல்லா விலங்குகளுக்கும் நேரம் காலம் பார்க்காமல் சிகிச்சையளிப்பதுதான் அவர்களின் வேலை. மருத்துவ உபகரணங்களை எடுத்துக்கொண்டு வாகனங்கள் செல்ல முடியாத இடத்துக்கெல்லாம் சென்றுவர வேண்டும். ஆபத்து எப்போது வேண்டுமானாலும் நிகழலாம். ஆனால், எதையும் பொருட்படுத்தாமல் சிகிச்சையளித்து திரும்புவதெல்லாம் கத்தி மேல் நடப்பதற்குச் சமமானது.

கால்நடை மருத்துவரோடு வசீமைத் தேடிப் பயணித்த 15 பேரில் பலர் முதுமலையில் பல யானைகளுக்கு மாவூத்துக்களாக இருப்பவர்கள். பதினைந்து பேரும் யானையின் காலடியைத் தேடி வனத்துக்குள் செல்கிறார்கள். வசீமைத் தேடி வனத்துக்குள் செல்லும்பொழுதே இருள் சூழ ஆரம்பிக்கிறது. இரவில் வசீம் எங்கிருக்கும் என்கிற எந்தத் தகவலும் குழுவில் உள்ளவர்களுக்குத் தெரியாது என்பதால், கிடைத்த தகவல்களை அடிப்படையாக வைத்துத் தேட ஆரம்பிக்கிறார்கள். வசீம் எங்கிருக்கிறது என்பதைக் கண்டறிவதற்கு முன்பு அதன் காலடி தடங்களைக் கண்டறிந்தாக வேண்டும். பல யானைகள் உலவும் காட்டில் காலடித் தடம் என்பது சாதாரணமாக தென்படுகிற ஒன்று. ஆனால், பதினைந்து பேருக்கும் இருந்த ஒரே நம்பிக்கை வசீமின் காலில் 20 மீட்டர் நீளத்துக்குச் சங்கிலி

கட்டப்பட்டிருந்ததுதான். சங்கிலி இருப்பதால் யானையால் அதிக தூரம் போக முடியாது என்பதை உணர்ந்த ஒட்டுமொத்த குழுவும் யானையின் தடத்தோடு சேர்த்து சங்கிலியின் தடத்தையும் தேடினார்கள். இருள் சூழ ஆரம்பிக்கிறது. இரவு எட்டு மணி வாக்கில் வசீம் யானையின் சங்கிலித் தடத்தைக் கண்டு பிடித்துவிடுகிறார்கள். டார்ச் லைட் உதவியுடன் எல்லோரும் மிகுந்த கவனத்துடன் அதைப் பின்தொடர்ந்து செல்கிறார்கள். இரவு 11 மணிக்கு ஓரிடத்தில் வசீம் இருப்பதை உறுதி செய்கிறார்கள். மதம் பிடித்திருக்கிறது என்பதைக் கால்நடை மருத்துவர் கண்டறிகிறார். இரவு நேரத்தில் யானையை ஊசி செலுத்தி பிடிப்பது ஆபத்தில் முடியும் என்பதால் யானையைக் காலையில் பிடித்து முதுமலைக்குக் கொண்டு செல்லலாம் என முடிவெடுத்து அங்கிருந்து மீண்டும் முதுமலைக்குத் திரும்பிவிடுகிறார்கள்.

அடுத்த நாள் காலை 4 மணிக்கு வசீம் இருக்கிற இடத்துக்குக் கிளம்பத் தயாராகிறார்கள். வனத்துக்குள் வசீம் யானை ஏதேனும் பிரச்னையில் ஈடுபட்டால் அதைச் சமாளிப்பதற்கு கும்கி யானைகள் இருந்தால் உதவியாக இருக்கும் என நினைக்கிற கால்நடை மருத்துவர், விஜய் மற்றும் காமாட்சி யானைகளின் மாவூத்துக்களை அழைத்து 6 மணிக்கு யானைகளை வசீம் இருக்கிற இடத்துக்கு அழைத்துவரச் சொல்கிறார். காலை 4 மணிக்குக் கிளம்பிய குழு 5:30 மணிக்கு யானை இருந்த இடத்துக்கு வந்து சேருகிறார்கள். ஆனால், யானை அங்கு இல்லை. மீண்டும் காலையில் யானை எங்கிருக்கிறது? எனத் தேடுகிறார்கள். 5:30 மணிக்குத் தொடங்கிய தேடல் 7 மணிக்கு மேலும் தொடர்ந்தது. இரவு பார்த்த இடத்திலிருந்து யானை 4 கிலோ மீட்டர்களுக்கு அப்பால் கடந்து சென்றிருந்தது. காலை 7:30 மணிக்கு யானையைக் கண்டுபிடிக்கிறார்கள்.

20 அடி தூரத்திலிருந்து கால்நடை மருத்துவர் யானையின் நடவடிக்கையைக் கவனிக்கிறார். யானையின் மாவூத் யானையை நெருங்கி இன்னொரு காலில் சங்கிலி போட முயல்கிறார். ஆனால், யானை பிடிகொடுக்காமல் மாவூத்தை பயமுறுத்துகிறது. யானை ஆக்ரோஷத்தோடு இருப்பதை உணர்கிற கால்நடை மருத்துவர் 30 நிமிடங்களுக்குப் பிறகு யானைக்கு ஊசி செலுத்த முடிவெடுக்கிறார். வசீம் யானை 3 டன் இருப்பதால் அதற்கு 2 மில்லி மயக்க மருந்தைச் செலுத்துகிறார். மயக்க மருந்து செலுத்திய 20 நிமிடங்களில் யானை சோர்வான நிலைக்குச் செல்கிறது. அந்த நேரத்தைப் பயன்படுத்தி யானையைப் பிடிக்க முயல்கிறார்கள். மாவூத் மாண்பன் சங்கிலியை மாட்ட முயலும் பொழுது தும்பிக்கையால் அடித்து விடுகிறது. நல்ல வேளையாக மாண்பன் தப்பித்து விடுகிறார். மேலும், நேரம் கடத்தினால் ஆபத்து என்பதை உணர்கிற மற்ற மாவூத்துகள் யானையின் பின்னால் சென்று சங்கிலியை மாட்டி விடுகிறார்கள். கால்நடை மருத்துவர் வசீம் யானைக்கு முன்பாக சென்று நிற்கிறார். யானை தும்பிக்கையால் கால்நடை மருத்துவரைப் பிடித்து இழுக்க முயல்கிறது. இதை பார்த்துக்கொண்டிருந்த மாவூத் ஒருவர் நொடியும் தாமதிக்காமல் கால்நடை மருத்துவரைப் பிடித்து இழுத்து விடுகிறார். சில நொடிகளில் மிகப் பெரிய ஆபத்து தவிர்க்கப்படுகிறது. ஒரு சில நொடிகள் தாமதித்திருந்தாலும் கால்நடை மருத்துவர் மிகப் பெரிய ஆபத்தை சந்தித்திருப்பார். முதுமலையில் இருந்து கிளம்பிய கும்கி யானைகள் சம்பவ இடத்துக்கு வந்து சேர்கின்றன. 7:30 தொடங்கிய போராட்டம் காலை 11 மணி வரை தொடர்ந்தது. அவற்றின் உதவியுடன் நான்கு கால்களுக்கும் சங்கிலி மாட்டப்படுகிறது. கும்கிகள் உதவியுடன் பிற்பகல் 3 மணிக்கு வசீம் யானையை முதுமலை முகாமுக்குக் கொண்டு வந்து சேர்த்தார்கள்.

‘‘யானை இல்லாம ஒரு கனவுகூட கண்டதில்ல!’’ - சுயம்பு யானையும் அதன் மாவூத்தும்

பொள்ளாச்சி அருகே மேற்குத் தொடர்ச்சி மலைப் பகுதியில் உள்ள ஆனைமலை புலிகள் காப்பகத்துக்கு உட்பட்டது டாப்சிலிப். தமிழகத்தில் செயல்படும் மூன்று யானை முகாம்களில் இங்கிருக்கிற கோழிக்கமுத்தி முகாமும் ஒன்று. 25 யானைகள் முகாம்களில் வைத்துப் பராமரிக்கப்படுகின்றன. 12 வருடங்களுக்கு முன்பு கோவை தடாகம் பகுதியில் பிடிக்கப்பட்ட ஆண் யானை சுயம்பு. பிடிக்கப்பட்ட கையோடு டாப்சிலிப் கொண்டுவரப்பட்டது. டாப்சிலிப் முகாமில் வைத்து சுயம்பு கும்கியாக மாற்றப்பட்டது. அதன் மாவூத்தாக பூனாச்சியனும் முருகனும் நியமிக்கப்பட்டார்கள். சுயம்புவின் மாவூத் 55 வயதாகும் பூனாட்சியன். அதன் காவடியாக இருப்பவர் முருகன். இருவரும் யானையைக் காலை 8 மணிக்கு யானைகள் முகாம் இருக்கும் கோழிகமுத்தி பகுதியிலிருந்து டாப்சிலிப் சுற்றுலா மையத்துக்கு அழைத்து வர வேண்டும். பூனாச்சியும், சுயம்புவின் காவடி முருகனும் மலைக் காடுகளின் வழியாக தினமும் அழைத்து வருவார்கள். அப்படி டாப்சிலிப் கொண்டு வரப்படுகிற சுயம்புவுக்கு சவாரி செல்வதற்கான பயிற்சி கொடுக்கப்படும்.

2019 ஆம் ஆண்டு ஆகஸ்ட் 17 அன்று காலை 8 மணிக்கு அவர்களைக் காட்டில் வைத்துச் சந்திக்க முடிந்தது. அடர்ந்த காட்டின்

வழியே இருவரும் சுயம்புவை அழைத்துக் கொண்டு வந்தார்கள். பூனாட்சி சுயம்புவின் மீது அமர்ந்திருக்க முருகன் கையில் ஒரு குச்சியை வைத்துக் கொண்டு சுயம்புவுக்கு முன்பு நடந்து வந்தார். காலை நேர மிதமான வெயிலில் அவர்கள் 3 பேரும் காட்டில் உலா வருவதைத்தான் முன்னோர் ''அம்பாரி ஊர்வலம்'' எனக் குறிப்பிட்டிருப்பார்கள் போல. சூரிய ஒளிக் கதிர்கள், இருக்கிற மரங்களை எல்லாம் ஊடுருவி சுயம்புவைத் தொடும்போது வெளிச்சம் எனப் பெயர்பெற்றன. உண்மையில் ரம்மியமான காட்சிகள் எல்லாம் காடுகளுக்குள்தாம் நிகழ்கின்றன. இருவரிடமும் அறிமுகமாகிவிட்டு அவர்களுக்குப் பின் நடக்க ஆரம்பித்தேன்.

மூவரும் முன்னால் செல்ல நான் பின் தொடர்ந்து சென்று கொண்டிருந்தேன். தினமும் 8 கிலோ மீட்டர்கள் நடைப்பயணம் என்பது சிரமமான ஒன்றாக அவர்களுக்கு இருந்ததே இல்லை என்கிறார் பூனாச்சி. காலையும் மாலையும் 8 கிலோ மீட்டர்கள் என்பது சிரமமான ஒன்றுதான். ஆனால், அலுப்பே இல்லாமல் தினம்தோறும் சுயம்புவைக் கூட்டிக் கொண்டு மலைப் பாதையில் நடக்கிறார்கள் இருவரும். அவ்வளவு எளிதில் யாரும் மனதுக்கு நெருக்கமான விஷயங்களை உடனடியாகப் பகிர்ந்து கொள்ள மாட்டார்கள் என்பதை நான் நன்கு அறிவேன். 30 நிமிடங்களுக்கு மேலாக பூனாச்சியையும் முருகனையும் கவனித்து கொண்டே அவர்களுக்குப் பின்னால் நடந்து வந்தேன். பேச ஆரம்பித்த 10 நிமிடங்களில் சுயம்பு குறித்துப் பேச வைத்து விட வேண்டுமென்று தீர்மானித்து பேச்சைத் தொடங்கினேன். நான் நினைத்தபடி 10 வது நிமிடத்தில் சுயம்பு குறித்தும் அவர்களின் வாழ்வியல் குறித்தும் பூனாச்சி பேச ஆரம்பித்தார்.

நான் முருகனோடு நடக்க, பூனாட்சி சுயம்பு மீது அமர்ந்தவாறே பேசிக் கொண்டு வந்தார். ''காட்டுல இருந்து கொண்டு வரும் போது

எல்லா யானையும் முரண்டு பிடிக்கும், அதுதான் யானையோடு குணம். புதுசா இருக்கிற இடம் மனிதனுக்கே ஒத்து வராத போது யானைக்கு மட்டும் எப்படி உடனே ஒத்து வரும், ரொம்ப முரண்டு பிடிச்சது. ஆனா கொஞ்ச நாளில் எங்களோட வழிக்கு வந்துருச்சு. என்ன சொன்னாலும் கேக்கும், பேசுனா தலைய ஆட்டிக்கிட்டே நிக்கும், எது குடுத்தாலும் சாப்பிடும், மனுசங்க மாதிரி இல்ல, நாம சோகமா இருந்தா கண்டுபிடிச்சிடும், தும்பிக்கையைத் தூக்கி என்னுடைய தோள்ல போட்டுக்கும். எங்க கூட்டிட்டுப் போனாலும் வரும். சொல்றதுக்கு நெறய இருக்கு'' என்றவரிடம் ''அண்ணா! தெனமும் இப்படி 8 கிலோமீட்டர் காலைலையும் சாயந்திரமும் யானையைக் கூட்டிட்டுப் போயிட்டு திரும்ப வருவது உங்களுக்கு கஷ்டமாக இல்லையா?'' என்றேன்.

சுயம்பு மீது அமர்ந்தவாறே என்னைப் பார்த்துச் சிரித்தார். ''நமக்கு இதுதான் வாழ்க்கை, இத தவிர யோசிக்க வேற ஒண்ணுமே இல்ல, அப்புறம் எப்படித் தம்பி கஷ்டமா இருக்கும்? வேற சிந்தனைகள் இருந்தால்தானே செய்கிற வேலை கஷ்டமா இருக்கும்'' என்றார். அவர் சொன்னது உண்மையில் என் கேள்விக்கான சரியான பதிலாகவேபட்டது. இருந்தாலும் விடாமல் கேட்டுக் கொண்டே நடந்தேன். ''என்னோட பிள்ளைகளை எப்படிப் பாக்குறமோ அப்படித்தான் சுயம்புவையும் பாக்குறோம், 30 வருசமா இந்த வேலதான் பாக்குறேன், வேற வேல ஏதும் பாத்ததில்லை, எந்த வேலையா இருந்தாலும் அது யானையைச் சுத்திதான் இருக்கும், எங்க ஊர்ல மொத்தம் 140 வீடு இருக்கு, எல்லாருமே வனம் சார்ந்த வேலைதான் பாக்குறோம். வனச்சரகத்துல ஏதாவது கட்டடம் கட்டுறது, கரோல் கட்டுறதுனு எல்லாருக்குமே இந்த இடத்தைச் சுற்றித்தான் வேலை, எங்க பிள்ளைகள் எல்லாம் டாப்ஸ்லிப் ஸ்கூல்ல படிக்கிறாங்க, அவங்களுக்கு தெனமும் 8 கிலோ மீட்டர் நடந்து போயிட்டு வர

முடியாது, அவங்க எல்லாரும் விடுதில தங்கிப் படிக்கிறாங்க, அடுத்த தலைமுறை இந்த வேலைல இருப்பாங்களானு தெரியாது, ஆனா காடு மீதும் யானைகள் மீதும் ஒரு ஈடுபாடோட இருப்பாங்க'' என்றார். சுயம்புவுக்கும் பூனாச்சிக்குமான தகவல் தொடர்புகளை நின்று நிதானமாக கவனித்தால் உடல் புல்லரித்துவிடும்.

சுயம்புவுக்கு காவடியாக இருப்பவர் முருகன். இவரும் கடந்த 12 ஆண்டுகளாக சுயம்புவோடுதான் இருக்கிறார். சுயம்புவைக் குளிப்பாட்டுவது, அதற்கு உணவளிப்பது பராமரிப்பது என எப்போதும் உடனிருப்பது முருகன்தான். ''மாவூத் இல்லாத நேரத்துல கூட நான் சுயம்பு கூடத்தான் இருப்பேன், சுயம்புவுக்கு எங்க ரெண்டு பேருடைய வாசனையும் நல்லா தெரியும், ஒரு கிலோ மீட்டர் தூரத்துல நாங்க இருந்தா கூட கண்டுபிடிச்சிடும், சுயம்பு இல்லாத ஒரு கனவை கூட அஞ்சு வருசமா நான் கண்டதில்லை, எங்க போனாலும் மனசு சுயம்புவச் சுத்திதான் இருக்கும். ரெண்டு நாள் லீவு போட்டுப் போனா கூட நம்மள அது தேடஆரம்பிச்சிடும்'' என்று சொல்லி சுயம்புவின் தந்தங்களைத் தடவிக் கொடுக்கிறார். சுயம்பு தும்பிக்கையைத் தூக்கி ஆமோதித்தது. காலை 10:20 க்கு டாப்ஸ்லிப் வந்து சேர்ந்தோம். டாப்ஸ்லிப் வந்ததும் சுயம்பின் முதுகில் மணல் நிரம்பிய பெரிய மூட்டையை எடுத்துக் கட்டினார்கள். சில நிமிடங்கள் பூனாட்சி சுயம்புவிடம் பேசிக் கொண்டிருந்தார். அடுத்த பதினைந்து நிமிடங்களில் ''ஒரு ரவுண்ட் போயிட்டு வரோம்'' என்று சொல்லிவிட்டு யானை சவாரிக்குச் செல்லும் பாதையில் சுயம்புவை அழைத்துக் கொண்டு போனார்கள். சுயம்பு தவிர்த்து அன்றைய தினம் பரணி, வெங்கடேஷ் என்கிற இரண்டு கும்கி யானைகள் சவாரிக்குப் பயன்படுத்தப்பட்டன.

கும்கியாகப் பயன்படுத்தப்படும் எல்லா யானைகளும் சமயங்களில் சவாரிக்காகவும் பயன்படுத்தப்படுகின்றன. காலை பத்து

மணியிலிருந்து மாலை 4 மணி வரை யானைச் சவாரி நடைபெறுகிறது. அருகிலேயே தண்ணீர்த் தொட்டி கட்டி வைத்திருக்கிறார்கள். யானைகள் சவாரி சென்று வந்ததும் அதில் நீராடவும் குளிக்கவும் செய்கின்றன.

சரியாக 12 மணிக்குச் சவாரிக்குப் போன இரண்டு யானைகளையும் ஒவ்வொரு பக்கமாகக் கட்டி வைத்து விட்டு அவற்றிற்கு மரக் கிளைகளை உடைத்துப் போட்டார்கள். அதற்குள் சுயம்பு யானையும் தன்னுடைய பயிற்சியை முடித்துவிட்டுத் திரும்பி வந்திருந்தது, அதையும் அங்கிருந்த மரத்தில் கட்டி வைத்துவிட்டு முருகன் வந்து எல்லோருக்கும் தேநீர் தயார் செய்தார். யானைகள் கட்டப்பட்டிருந்த இடத்தில் பக்கத்தில் அடுப்பு இருந்தது. அடுப்பைத் தீ மூட்டி அதில் தேநீர் வைத்தார். ஒட்டு மொத்த மாவூத்துகளும் காவடிகளும் அங்கு வந்து அமர்ந்து தேநீரை அருந்தி விட்டுச் சிறிது நேரம் ஓய்வெடுத்தார்கள்.

ஆறு பேர் அமர்ந்திருந்த அந்த இடத்தில் ஒருவர் சுற்றுலாப் பயணிகள் குறித்த சில கருத்துகளை இப்படிச் சொல்லிக் கொண்டிருந்தார். '' காடுகள் குறித்த புரிதல் இல்லாதவர்களுக்குக் காட்டுக்குள் இருக்கும் பொழுது காடு குறித்த பயம் இருந்தாக வேண்டும். ஆனால் பெரும்பாலானவர்களுக்குக் காடு ஏதோ பொழுதுபோக்கு இடம் என நினைத்துக் கொண்டிருக்கிறார்கள். யானை மீது அமர்ந்து கொண்டு அவர்கள் காடுகள், விலங்குகள் குறித்துப் பேசுவதெல்லாம் அப்படித்தான் இருக்கிறது'' என்றார்.அவர்களின் அதிகபட்ச ஆசையே யானையோடு எப்போதும் இருக்க வேண்டும் என்பதாகத்தான் இருக்கிறது. எந்த எதிர்பார்ப்பும் இல்லாமல் இன்னொரு உயிரினத்திற்கு தன்னை அர்ப்பணித்து வேலை செய்கிறவர்கள் உலகம் எவ்வளவு அழகாய் இருக்கிறது.

ஜார்ஜ் அந்தோணி சாமி

யானை மருத்துவரின் டைரிக்குறிப்புகள்!

நாட்குறிப்பின் பக்கங்கள் முழுவதும் மருந்து வாசனையும், யானைகளின் அடையாளங்களும் ஆக்கிரமித்திருக்கும் யானை மருத்துவரின் நாட்குறிப்புகளை எங்கேனும் வாசித்திருக்கிறீர்களா? காகிதங்களுக்குள் ஒரு காட்டை ஒளித்து வைத்திருப்பார்கள். சிகிச்சையளிக்கப்பட்ட யானைகள் எழுந்து ஓடுகிற பக்கங்கள் இப்போதும் உயிர்ப்போடு இருக்கின்றன. இப்போது சத்தியமங்கலத்தில் வன கால்நடை மருத்துவராகஇருப்பவர் அசோகன். 1998 ஆம் ஆண்டு ஒரு நாள் மின்சார வேலியில் அடிபட்டு ஒரு யானை உயிருக்கு போராடிக் கொண்டிருப்பதாய் அசோகனுக்கு தகவல் கிடைக்கிறது. மருந்து, மயக்க ஊசி என எல்லாம் எடுத்துக் கொண்டு சம்பவ இடத்திற்குக் கிளம்புகிறார்.

'அன்றைய மாலை நேரம். 6 மணி இருக்கும். யானை ஒன்று மின்சாரம் தாக்கி உயிருக்குப் போராடுகிறது எனத் தகவல் கிடைத்தது. மருந்து மாத்திரைகள் எல்லாம் எடுத்துக் கொண்டு சம்பவ இடத்திற்குக் கிளம்பியிருந்தேன். கரும்புத் தோட்டத்திற்கு மின்சார வேலியைக் காவலுக்கு போட்டிருக்கிறார்கள். குட்டியோடு வந்த யானை மின்சாரக்கம்பியைத் தொட்டிருக்கிறது. மழைக் காலம் என்பதால் சேறும் சகதியுமாக நிலமும் யானையும் ஒரு சேரக் கிடந்தன. தாய்

யானையை எழுப்பக் குட்டி யானை எவ்வளவோ முயற்சி செய்கிறது. யானை எழுந்திருக்கவோ, தும்பிக்கையைத் தூக்குவதற்கோ கூட பலமில்லாமல் போராடிக் கொண்டிருக்கிறது. குட்டி யானை தாயை சுற்றிச் சுற்றி வந்து வட்டமடிப்பதை வாழ்வின் எந்த எல்லையில் இருந்து யோசித்தாலும் உயிரை உருக்குவதாகவே இருக்கும். நமக்கு குட்டி, ஆனால் யானைக்கு அது குழந்தை. உண்மையில் யானையைப் பொறுத்தவரை எழுந்துவிடுவோம் என்கிற நம்பிக்கை இருந்தால் எவ்வளவு காயமாக இருந்தாலும் எழுந்துவிடும். இனி பிழைக்கமாட்டோம் என்கிற யானைகளை எவ்வளவு முயன்றாலும் எழுப்பி விட முடியாது. யானையின் நடவடிக்கையில் யானையைக் காப்பாற்ற இயலுமா இயலாதா என்பதை எளிதில் கண்டு பிடித்துவிடலாம். ஆனால் மின்சாரம் பாய்ந்து கிடக்கும் யானையைக் காப்பாற்றியாக வேண்டும். அதனுடைய குட்டிக்கு ஒரு வயதிற்குள்தான் இருக்கும், எந்தத் தாய்க்குத்தான் பிள்ளையை அனாதையாக விட்டு விட்டுப் போக மனசு வரும். தாய் என்பவள் எல்லா இனத்திலும் தாயாக இருப்பதுதான் தாய்களுக்கு இருக்கிற பிரச்சனையே. தன்னுடைய தாய்க்கு என்ன நடக்கிறது என்றே தெரியாமல் தாயைச் சுற்றி சுற்றி வரும் குட்டி யானைக்காகவாவது தாயைக் காப்பாற்றியாக வேண்டுமென்ற ஆசை பொதுவாக எல்லோருக்குமே வரும், விலங்குகளுக்கு வைத்தியம் பார்க்கிற எனக்கு வந்ததில் எந்த ஆச்சர்யமும் இல்லை.

சகதியில் கிடக்கிற யானைக்கு சிகிச்சையளிக்க சகதியில் கால் வைத்தால் கால் முழு அளவிற்குச் சகதியில் செல்கிறது. யானைக்கு சிகிச்சையளிக்கிற நேரத்தில் யானையால் ஏதாவது தொந்தரவு ஏற்பட்டால் சகதியில் ஓடித் தப்பிக்க முடியாது. இரவு நேரம் எப்படி யானையைக் காப்பாற்றுவது என்கிற யோசனையில் மின்சாரத்தைப் பயன்படுத்தி விளக்குகள் மூலம் சிகிச்சையளிக்கலாம் என முடிவானது.

சிறிது நேரத்தில் ஜேசிபி வரவழைக்கப்பட்டது. குட்டி யானை கரும்புத் தோட்டத்தின் வாயிலில் நின்று கொண்டு பிளிறிக் கொண்டேயிருந்தது. இரண்டு பேர் குட்டி யானையை பார்த்துக் கொண்டார்கள். சகதியில் நின்று கொண்டே யானைக்கு சிகிச்சையளிக்க ஆரம்பித்தேன். தனக்கு என்ன நடக்கிறது என்பதை யானை கண்டுபிடித்துவிடும். சிகிச்சை தொடங்கியதும் யானை எந்தத் தொந்தரவையும் கொடுக்கவில்லை. எப்பேதாவதுதான் இதயம் கனக்கும்படியான சம்பவங்கள் நிகழும். எனக்கு அப்படி ஒரு சம்பவம் இந்த யானை. சிகிச்சைக்கு இடையில்தான் யானையின் மடி முழுவதும் பால் நிரம்பியிருப்பதைக் கவனித்தேன்; மறக்கவே முடியாத சம்பவத்தின் மறக்கவே முடியாத காட்சி அது.

குளிர் காலம் என்பதாலும் சகதியில் இருந்ததாலும் யானையின் உடலைச் சூடுபடுத்த இரண்டு பேர் யானையின் பாதத்தில் வைக்கோலை வைத்து தேய்த்துக் கொண்டேயிருந்தார்கள். குட்டி இருப்பதால் யானை எழ முயன்றது. அதற்கு எங்களால் முடிந்த உதவியைச் செய்தோம். சிகிச்சை முடிந்து இரவு 11 மணிக்கு யானையை ஜேசிபி உதவியுடன் எழுப்பி நிறுத்தினோம். யானை சிகிச்சைக்கு முழு ஒத்துழைப்பையும் கொடுத்தது. வைக்கோலை வைத்து அதன் அடிவயிறு கால் என எல்லா இடத்திலும் நன்கு சூடாக்கும்படி தேய்த்தோம். இருபது நிமிடங்களில் யானை அடி எடுத்து வைக்க ஆரம்பித்தது. உண்மையில் யானையை எழுந்து நடக்க வைத்தது எனக்கு மிகப் பெரிய நம்பிக்கையைக் கொடுத்தது. சகதியில் இருந்து மேலே வந்ததும் குட்டி யானை ஓடி வந்து தாயை கட்டிக் கொண்டது. தாய் யானை குட்டியை கூட்டிக் கொண்டு காட்டிற்குள் ஓடியதைப் பார்க்கும் பொழுது பிழைத்திருப்பது எவ்வளவு உன்னதமானது என நினைக்கத் தோன்றியது. யானை சென்ற அடுத்த பத்து நாள்களுக்கு யானையின் உடல் நலம் எப்படியிருக்கிறது

என்பதைக் கண்காணிக்க வேண்டும். யானை குட்டியை கூட்டிக் கொண்டு எங்கெல்லாம் சென்றதோ அங்கெல்லாம் ஒரு குழுவாக நாங்களும் சென்றோம். முதன் முதலில் நாங்கள் பின் தொடர்வதை அறிந்து கொண்ட தாய் யானை தும்பிக்கையை தூக்கி எங்களுக்கு எதையோ சொன்னது. நிச்சயம் அது நன்றியாகத்தான் இருக்குமென நினைத்துக் கொண்டேன்.

2017 ஆம் ஆண்டு சத்தியமங்கலம் கடம்பூர் வனப்பகுதியில் குட்டியோடு இருக்கிற யானை உயிருக்குப் போராடுகிறது எனத் தகவல் கிடைத்தது. யானை இருக்கிற இடத்திற்குப் போகும் போது இரவு 10 மணிக்கு மேல் ஆகியிருந்தது. விழுந்து கிடக்கிற தாய் யானையை விட்டுக் குட்டி யானை நகரவே இல்லை. தாயை எழுப்பக் குட்டி யானை எவ்வளவோ போராடியது. தாய் மீது ஏறிக் குதிக்கிறது. தாயின் தும்பிக்கையை தூக்க முயற்சிக்கிறது. யாரையும் நெருங்கவே விடவில்லை. தாய் படுத்திருப்பதை பார்த்துக் குட்டி யானை அழுகிறது. குட்டியைப் பார்த்து தாய் அழுகிறது என இரு உயிர்களுக்கும் உணர்வு போராட்டமாக இருந்தது. இரண்டு யானைகளும் அழுத வடு அப்படியே இருந்தது. தாமதிக்காமல் விழுந்து கிடக்கிற யானையைக் காப்பாற்றியாக வேண்டும். வேறு வழியின்றி மருந்துகளுடன் தாய் யானைக்குப் பக்கத்தில் சென்றுவிட்டேன். குட்டி யானை என்னை முட்டிக் கொண்டே இருந்தது. யானைக்கு ஊசி செலுத்தி சிகிச்சையை ஆரம்பித்தேன். யானைக்குப் பயந்து யாரும் உதவிக்கு வரவில்லை. பத்து நிமிடங்கள் கழிந்திருக்கும், குட்டி யானை என்னை முகர்ந்து பார்த்துவிட்டு பின்னர் தாயையும் முகர்ந்துபார்த்தது. இப்படியே மூன்று முறைக்கு மேல் முகர்ந்து பார்த்துவிட்டு பக்கத்திலிருந்த இடத்தில் போய் நின்று கொண்டது.

இரவு நேரம் என்பதால் ஆரம்பகட்ட மருத்துவ சிகிச்சை முடித்துவிட்டு, யானை இருந்த இடத்திலேயே டென்ட் அமைத்துத்

தங்கியிருந்தோம். குட்டி யானை தாயோடு சேர்ந்து படுத்துக்கொண்டது. காலையில் யானைக்கு சிகிச்சையளிக்க போகும் போதும் தாயை நெருங்க விடாமல் பாதுகாப்பாய் நின்று கொண்டிருந்தது. காலையில் சிகிச்சையளிக்க யானைக்குப் பக்கத்தில் என்னைத் தவிர வேறு யாரையும் விடவே இல்லை. நான் சிகிச்சையளிக்கும் போது குட்டி என்னோடு சேர்த்து யானையையும் சுற்றி சுற்றி வந்தது. உதவிக்கு ஆள் தேவைப்பட்டதால் வேறொருவரை அழைத்திருந்தேன். குட்டி யானை அவரையும் முகர்ந்து பார்த்துவிட்டு ஏதும் செய்யாமல் இருந்தது. ஒரு வழியாக யானைக்கு சிகிச்சையளித்து ஜேசிபி உதவியுடன் தூக்கி நிறுத்த முயற்சித்தோம். அம்மாவைத் தூக்கி நிறுத்தப் போகிறார்கள் என்பது குட்டி யானைக்குத் தெரியும் போல... நடப்பதை வேடிக்கை பார்த்துக் கொண்டே நின்றிருந்தது. யானை நின்றதும் குட்டி யானை தாயிடம் வந்து ஒட்டிக் கொண்டு நின்றது. தாய் யானைக்குத் தண்ணீரை எடுத்துப் பாய்ச்சினேன். ஒரு மணி நேரம் கழித்து யானை யார் துணையுமில்லாமல் நடக்க ஆரம்பித்தது. சுற்றும் முற்றும் பார்த்து விட்டு தாய் யானை குட்டியை அழைத்துக் கொண்டு காட்டிற்குள் சென்றுவிட்டது. தாயை மீட்டு பிள்ளையிடம் கொடுத்த அந்த நிமிடங்களை நினைத்தால் இப்போதும் உடல் சிலிர்க்கிறது.

காட்டிற்குள் போகும் பொழுது குட்டி யானை திரும்பித் திரும்பி எங்களைப் பார்த்துக் கொண்டே சென்றதை இப்போது நினைத்தாலும் என்னை அறியாமல் அழுகை வந்து விடுகிறது. என்றாவது அந்தக் குட்டி யானையை நான் சந்திக்க நேரலாம், ஒரு வேளை எனக்குக் குட்டி யானையை அடையாளம் தெரியாவிட்டாலும், என்னுடைய வாசனையை உள்வாங்கியிருக்கிற குட்டி யானை என்னை எப்படியும் கண்டுபிடித்து விடும்.

சிகிச்சை அளித்தவரைத் தாக்காமல் திரும்பிய காட்டு யானை..!

யானைகளோடு இயைந்த வாழ்க்கை வாழப் பெற்றவர்கள் உண்மையில் பாக்கியசாலிகள். மாவூத், காவடி, யானை டாக்டர்கள், யானை ஆராய்ச்சியாளர்கள் என யானை குறித்த கதை சொல்பவர்களைப் பார்த்தால் அவ்வளவு இலகுவாக இருக்கிறார்கள். முதுமலை, சாடிவயல், டாப்சிலிப் என யானைகள் இருக்கிற முகாம்களுக்குத் தேடிச் சென்று யானைகள் குறித்த தகவல்களை சேகரித்திருக்கிறேன். யானையோடு தொடர்புடைய மாவூத், காவடி, யானை டாக்டர்கள், யானை ஆராய்ச்சியாளர்கள் எனப் பல பேரைச் சந்தித்து பேசியிருக்கிறேன். நீலகிரி மாவட்டம், உதகை கலை அறிவியல் கல்லூரியில் பேராசிரியராக இருப்பவர் ராமகிருஷ்ணன். யானைகள் குறித்த ஆராய்ச்சியை மேற்கொண்டு முனைவர் பட்டம் பெற்றவர். யானைகளோடு எப்போதும் நெருக்கமாக இருப்பவர். அவரை உதகை அரசு கலைக் கல்லூரியில் சந்தித்து அவர் சந்தித்த யானைகள் குறித்துப் பேசினேன்.

'யானை ஒரு பேரதிசயம், பேச்சுக்குச் சொல்லவில்லை. அவற்றுடன் பல வருடங்களாகத் தொடர்பில் இருக்கிறேன் என்பதால் சொல்கிறேன். யானைகள் குறித்து முழுதாகத் தெரிந்த யாரும் அதைப்

பேரதிசயமாகத்தான் பார்ப்பார்கள். என்னுடைய ஆரம்பகால ஆராய்ச்சி யானைகளின் உணவுகளில் இருந்துதான் ஆரம்பித்தது. காட்டில் அவை எந்த உணவுகளை அதிகமாக எடுத்துக்கொள்கிறது. ஆண் யானைகளுக்கும் பெண் யானைகளுக்கும் உணவில் இருக்கிற வேறுபாடுகள் என்ன என்று ஆராய்ச்சி செய்ய முடிவெடுத்தேன். காட்டுக்குள் சென்றால் மட்டுமே அதுகுறித்த உண்மை நிலவரம் தெரியவரும் என்பதால் சத்தியமங்கலம் காடுகளைத் தேர்ந்தெடுத்தேன். 1995-ம் வருடம் சத்தியமங்கலம் காட்டில் வீரப்பன் இருந்த காலகட்டம். தமிழ்நாடு கர்நாடகா என இரு மாநிலங்களும் சல்லடை போட்டு வீரப்பனை தேடித்திரிந்த காலம். அப்போது எனக்கு யானைகள் குறித்த ஆய்வுக்காக சத்தியமங்கலம் காட்டுக்குப் போக வேண்டிய சூழல். இப்போது இருப்பதுபோல பேன்ட் சர்ட் அணிந்துகொண்டு காட்டுக்குள் போய்விட முடியாது. வீரப்பனுடைய ஆட்கள் அரசு அதிகாரி என நினைத்து தூக்கிக்கொண்டு போய்விடுவார்கள். அதனால் வெறும் லுங்கி, முண்டாஸ் அணிந்துகொண்டு ஆடு மாடு மேய்க்கும் உள்ளூர் ஆட்கள்போல காட்டுக்குள் யானைகளைத் தேடிச் சென்றோம். அது ஒரு சவாலான பணியாகத்தான் இருந்தது. உணவு விஷயத்தில் வயதான யானைகள் உண்ணுகிற சிலவற்றை இளவயது யானைகள் உண்ணாது. உணவுக்காகவே யானைகள் தன்னுடைய வாழ்நாள்களை அதிகமாக கழிக்கிறது என்கிற விஷயம் அப்போதுதான் தெரிய வந்தது.

செடி கொடிகள் என போகிற வழியெல்லாம் சாப்பிட்டுக்கொண்டே கடந்துபோகும். ஒரு நொடிகூட அவற்றால் அமைதியாக இருக்க முடியாது, அசைந்துகொண்டே இருக்கும். யானை குறித்த பல ஆராய்ச்சி முடிவுகள் எனக்கு பல ஆச்சர்யங்களை கொடுத்திருக்கிறது. 2002-ம் ஆண்டு என்னுடைய முனைவர் பட்டத்துக்காக நான் மேற்கொண்ட பயணம் என்னுடைய வாழ்வில் மிக முக்கியமான

பயணம். 2002-லிருந்து 2007 வரை யானைகளோடு தமிழ்நாடு, கேரளா, கர்நாடகா மாநிலக் காடுகளில் 1,886 கிலோ மீட்டர்கள் நடந்து போயிருக்கிறேன். முதுமலையிலிருந்து சின்காரா, முக்குருத்தி, வயநாடு வழியாக வாளையாரு வரை நடந்து ஆய்வு செய்திருக்கிறேன். என்னோடு பழங்குடி இனத்தைச் சேர்ந்த ராமசாமி என்பவர் வருவார். அவருக்குக் காடுகள் குறித்த எல்லா விஷயங்களும் தெரியும். காட்டில் ஆங்காங்கே வேட்டை தடுப்புமுகாம்கள் இருக்கும். இரவு நேரங்களில் அங்கே தங்கி விடுவோம். காலையில் மீண்டும் யானைகள் வலசை பாதையை பின்தொடர்ந்து செல்வோம். கையில் அரிசி பருப்பு போன்றவற்றை எடுத்துச் சென்று பாதுகாப்பான இடங்களில் சமைத்துக்கொள்வோம். அநேக முறை பல ஆபத்துகளில் இருந்து தப்பித்து வந்திருக்கிறோம்' என்கிறார்.

1999-ம் ஆண்டு யானைகள் குறித்த ஆராய்ச்சிக்காக சத்தியமங்கலம் வனப்பகுதியில் கரடி மாதன் என்கிற ட்ரக்கரோடு இவர் சென்றிருக்கிறார். ஒரு நாளைக்கு 20 கிலோ மீட்டர்கள் வரை யானையைப் பின்தொடர்ந்து சென்றிருக்கிறார்கள். ஒரு நாள் எச்சரிக்கையாகப் பயணித்தும் திடீரென ஒரு யானையை எதிர்கொண்டிருக்கிறார்கள். தப்பிச் செல்ல முடியாத அளவுக்குச் சூழ்நிலை அமைந்திருக்கிறது. ராமகிருஷ்ணனுடன் பயணித்த மாதன் ''சார் யானை நம்மள பாத்துருச்சு திரும்பி ஓடுங்க' எனக் கத்தியிருக்கிறார். யானையைப் பார்த்து மாதன் கத்துகிறார். ''க்ளோஸ் என்கவுண்டர்'' என ராமகிருஷ்ணன் நினைத்திருக்கிறார். யானை எப்படியும் அடித்துவிடும் என நினைத்து அப்படியே நின்றிருக்கிறார். மாதன் ராமகிருஷ்ணன் இருந்த இடத்தை நோக்கி கத்தியபடியே ஓடிவந்திருக்கிறார். ஒரு சில நொடிகளில் யானை இருவரையும் தாக்காமல் விட்டுவிட்டு விலகிச் சென்றிருக்கிறது. ராமகிருஷ்ணனால் நடந்த சம்பவத்தை நம்ப முடியவில்லை, தாக்கிவிடும் என நினைத்த

யானை எப்படி விலகிச் சென்றது எனத் தெரியாமல் மாதனிடம் கேட்டிருக்கிறார். சில வருடங்களுக்கு முன்பு அந்த யானை, தந்த வேட்டையின்போது துப்பாக்கியால் சுடப்பட்டு தப்பி வந்திருக்கிறது. உடலில் மூன்று குண்டுகள் வரை வாங்கியிருந்த அந்த யானைக்கு சத்தியமங்கலம் வனப்பகுதியில் கால்நடை மருத்துவர் சிகிச்சையளித்திருக்கிறார். அப்போது மாதனும் உடனிருந்து யானைக்கு உதவியிருக்கிறார். அப்போது அதற்கு ஹரிணி எனப் பெயரிட்டிருக்கிறார்கள். மாதனுடைய வாசனை, அவருடைய குரல் போன்றவற்றை அடையாளம் கண்ட ஹரிணி அவர்களை எதுவும் செய்யாமல் திரும்பியிருக்கிறது.

'யானைகள் உணவு, தண்ணீருக்காக வருடத்துக்கு 600 சதுர கிலோ மீட்டர்கள் பயணம் செய்கின்றன. அக்டோபர் நவம்பர் மாதங்களில் அவை தங்களின் இடம்பெயர்வு பயணத்தைத் தொடங்கிவிடும். இந்த வருட டிசம்பர் மாதத்தில் பார்க்கிற யானையை அடுத்த வருட டிசம்பர் மாதத்தில் அதே இடத்தில் பார்க்க முடியும். யானைகளின் வலசைப் பாதையில் அவற்றை பின் தொடர்ந்து போயிருக்கிறேன். யானைகளைப் பொறுத்தவரை குடும்பமாக வாழ்கிற இயல்பை கொண்டவை. இடப்பெயர்வின்போது கூட்டமாகவே செல்லும். கூட்டத்தில் இருக்கும் வயதான பெண் யானை கூட்டத்துக்கு தலைமை ஏற்று வழிநடத்தும். அதற்கு அதன் பாதைகள் நன்குத் தெரியும். அதற்கு 'மென்டல் மேப்' என்று சொல்வார்கள். காலங்காலமாக அவை அதைத்தான் பின்தொடர்கின்றன. யானைகளுக்கு அதன் பாதையில் இருக்கிற காரிடர்கள் மிக முக்கியமான ஒன்று. காரிடர்களை ஆக்கிரமிக்கும்போது யானைகள் தன்னுடைய வலசைப் பாதைகளில் குழப்பத்தைச் சந்திக்கின்றன. இதனால்தான் யானைகள் குடியிருப்புப் பகுதிகளுக்குள் வருவதும், மனிதர்களைத் தாக்குவதும் நடக்கிறது. யானைகளின் பாதைகளில் இருக்கிற மிகப் பெரிய கட்டடங்கள்

யானைகளின் வாழ்க்கைக்கு மிகப் பெரிய அச்சுறுத்தலாக இருக்கிறது.

முதுமலையில் இருக்கிற பல கும்கி யானைகளைத் தன்னுடைய ஆராய்ச்சிக்காக ராமகிருஷ்ணன் பின்தொடர்ந்து தகவல்களைத் திரட்டியிருக்கிறார். காட்டு யானைகள் மட்டுமல்லாது கும்கியாக முகாம்களில் வளர்க்கப்படும் யானைகளும் குடும்பமாக வாழ்கிறவைதான். யானைகள் தாய்வழி வளரக்கூடிய சமூகம். முதுமலையில் ரதி என்கிற பெண் யானை ஒன்று இருந்தது. 83 வயதில் இறந்துபோனது. ரதி பத்து குட்டிகள் பெற்று வளர்த்திருக்கிறது. அதில்லாமல் வேறு 15 குட்டிகளை வளர்ந்திருக்கிறது. வீட்டில் பாட்டி எப்படி குழந்தைகளை வளர்ப்பார்களோ அதே போலத்தான் யானைகளும் வளர்க்கும். இப்போது முதுமலையில் இருக்கிற பொம்மன் என்கிற கும்கி யானையை ரதிதான் வளர்த்தது. காட்டில் அம்மாவை இழந்து நின்ற பொம்மனை, ரதி யானைதான் முகாமுக்கு அழைத்து வந்தது. ரஜினி நடித்த அன்னை ஓர் ஆலயம் திரைப்படத்தில் ரதி நடித்திருக்கிறது.

இயற்கை பல சுவாரஸ்யங்களைக் கொண்டது. அதில் ஒன்று யானை. மனிதன் மிகப்பெரிய சுயநலவாதி. எப்படியென்றால் மனிதனோடு இணைந்து போகிறது என்கிற காரணத்தால் சர்க்கஸில் யானையை வைத்து காசு பார்க்கும் அளவுக்கு மிகப் பெரிய சுயநலவாதியாக மாறிப்போனான். அந்த சுயநலம்தான் யானையைப் பிச்சை எடுக்க வைத்தது, வித்தைக் காட்ட வைத்தது, மனிதனைப் பார்த்து கும்பிட வைத்தது. கொஞ்சம் கற்பனை செய்து பாருங்கள்! சங்க இலக்கியங்களிலும், பல்வேறு போர்களிலும் ஈடுபட்ட அவ்வளவு பெரிய உயிரினம் இன்று மனிதனைப் பார்த்து கும்பிடுவது எவ்வளவு பெரிய வன்முறை?

ஜார்ஜ் அந்தோணி சாமி

பன்றிக்காய். இந்திய யானைகளின் இறுதி

யானைகளுக்கு இருக்கிற முக்கிய பிரச்சனையே அதன் உடலில் ஏற்படுகிற காயங்கள்தான். அவற்றை முறையாகக் கவனிக்காமல் விட்டுவிட்டால் யானையின் உயிருக்கே வேட்டு வைத்துவிடும். காட்டு யானையாக இருந்தாலும் முகாம் யானையாக இருந்தாலும் காயம்பட்ட யானைகளுக்கு எந்த நேரத்திலும் சிகிச்சையளிக்க கால்நடை மருத்துவர் தேவை. ஒவ்வொரு முகாமிலும் ஒரு கால்நடை மருத்துவர் இருப்பார். முகாம் தவிர்த்து வனப்பகுதியில் காயம்படுகிற விலங்குகள் வரை சிகிச்சையளிப்பதுதான் இவர்களின் பணி. நேரம் காலமெல்லாம் பார்க்காமல் காடுகளுக்குள் சென்று பணியாற்ற வேண்டும். அதிலும் காயம்பட்டு நகர முடியாமல் இருக்கிற காட்டு யானைகளுக்கு சிகிச்சையளிப்பது அவ்வளவு எளிதான காரியமல்ல. காயம்பட்டிருக்கிற யானையை அடையாளம் கண்டு, அதைக் கூட்டத்திலிருந்து தனிமைப் படுத்தி சிகிச்சையளிப்பதில் பலவித சிக்கல்களும் சவாலும் இருக்கிறது.

பொதுவாக மரம், செடி கொடிகள் குத்துவதால் ஏற்படுகிற காயங்கள் யானைகளுக்கு எளிதில் ஆறிவிடும். ஆனால் இரும்புக் கம்பிகள், மது பாட்டில்கள்தான் யானைகளுக்கு மிகப் பெரிய எதிரியாக இருக்கிறது. யானைகளுக்கு கால்கள் மிக முக்கியமான

ஒன்று. பெரும்பாலும் யானைகள் நின்றுகொண்டே தூங்கும். யானைகள் நின்று கொண்டிருக்கும்போது அதனால் எளிதில் மூச்சு விட முடியும். அதனால் அதன் கால்களை அது மிகப் பத்திரமாக பாதுகாத்துக்கொள்ளும். ஆனால், வனத்தில் அத்துமீறி நுழைந்து மது அருந்தும் மனிதர்கள், அந்தப் பாட்டில்களை வனத்தில் அப்படியே வீசிவிட்டுச் செல்கிறார்கள். வீசப்படுகிற மது பாட்டில்கள் விழும்பொழுது ஏதேனும் கல்லிலோ மரத்திலோ பட்டு உடைந்துவிடுகிறது. இவை யானையின் காலில் ஏறி மிக மோசமான பாதிப்பை ஏற்படுத்துகிறது. யானைகளின் பாத அமைப்பு மணல் மூட்டையைப் போன்றது. தரையில் உடைந்து கிடக்கும் கண்ணாடி துண்டுகளின் மீது யானை அதன் மொத்த எடையையும் வைப்பதால் உடைந்த கண்ணாடி துண்டுகள் எளிதில் பாதங்களில் ஏறிவிடுகின்றன. காலில் இருக்கிற பாட்டில் துகள்களோடு யானை மேலும் நடக்க ஆரம்பிப்பதால் காயத்தின் பாதிப்பு இன்னும் அதிகரிக்கிறது. நடக்க முடியாமல் போகிற இரண்டாவது நாளில் காலில் சீழ் பிடிக்க ஆரம்பிக்கிறது. புண்களில் இருக்கிற புழுக்கள் சதையைத் துளைக்க ஆரம்பிக்கின்றன. நாள் ஒன்றுக்கு முப்பது கிலோ மீட்டர் வரை நடந்து 30 லிட்டர் நீர் பருகி, 200 கிலோ உணவு உண்ண வேண்டிய யானை, காலில் கண்ணாடித் துகள் ஏறிய இரண்டொரு நாள்களில் உடல் தளர ஆரம்பிக்கிறது. நகர முடியாமல் ஒரே இடத்தில் இருக்க வேண்டிய சூழலில் உணவில்லாமலும் நீர் இல்லாமலும் உடல் மெலிந்து பிறகு இறந்து போய் விடுகின்றன. இப்படித்தான் ஐந்து டன்னுக்கு மேலான யானை சாதாரண பாட்டிலால் பாதிக்கப்பட்டு நின்ற இடத்திலேயே உயிரை விட்டு விடுகிறது. இப்படியான யானை இறப்புகள் இப்போதெல்லாம் அடிக்கடி நிகழ்கின்றன.

காடுகளுக்குள் ரோந்துப் பணியில் இருக்கிற வேட்டைத் தடுப்புக் காவலர்கள் காயம்பட்ட யானைகளைக் கண்டால் உடனே

வனத்துறைக்கு தெரியப்படுத்துவார்கள். வனத்துறை அலுவலர்கள், கால்நடை மருத்துவரை அழைத்துக்கொண்டு சம்பவ இடத்துக்குச் சென்று சிகிச்சையளிப்பார்கள். நிலங்களைப் போல இல்லை காடுகள், அவை உயிர்ப்பான விஷயங்களை உள்வாங்கியே எப்போதும் வாழ்ந்து கொண்டிருக்கிறது. பறவைகள், விலங்குகள், புழுக்கள், பூச்சிகள், தாவரம், மரம் என உயிர்ப்பான ஒவ்வொரு விஷயமும் நொடிக்கொருமுறை நிகழ்கின்ற பிரசவ இடம்.

முகாமிலிருக்கிற யானைகள் தவிர்த்து முதுமலை வனப்பகுதியில் இருக்கிற விலங்குகள் வரை எல்லா விலங்குகளுக்கும் முதுமலை சரக கால்நடை மருத்துவர்தான் மருத்துவம் பார்த்தாக வேண்டும். முகாமிலிருக்கிற யானைகளைப் போல காட்டு யானைகளுக்கு சிகிச்சையளிக்க முடியாது. கால்நடை மருத்துவர்களுக்கு இருக்கிற முதல் சிக்கலே கூட்டமாக இருக்கிற யானைகளில் காயம்பட்டிருக்கிற யானையைக் கண்டறிவதுதான். கூட்டத்தில் இருக்கிற யானைக்கு சிகிச்சையளிக்க வேண்டுமானால் முதலில் காயம்பட்ட யானையைத் தனிமைப்படுத்த வேண்டும். அதற்குக் கூட்டத்தில் இருக்கிற மற்ற யானைகள் ஒத்துழைக்காது. காயம்பட்டிருக்கிற யானையைச் சுற்றி அரண் போல பாதுகாத்து மற்ற யானைகள் நிற்கும். கூட்டத்திலிருந்து தனிமைப்படுத்த சில நேரங்களில் கும்கி யானைகளைப் பயன்படுத்தும் நிகழ்வுகளும் நடக்கும். காயம்பட்ட யானைக்கு மயக்க ஊசி செலுத்தி பிடிப்பார்கள். அதன்பிறகு காயத்துக்கு ஏற்றாற்போல சிகிச்சையளிப்பார்கள். காலில் காயம் இருந்தால் அதற்கு மருந்து வைத்துக் கட்டியதும் அதன் மேல் சகதியை பூசி விடுவார்கள். அதன் காலில் வெள்ளை வண்ணத்தில் பேண்டேஜ் இருந்தால் யானை அதை அப்புறப்படுத்திவிடும் என்பதால் இந்த முறையைப் பின்பற்றுகிறார்கள். சிகிச்சை முடிந்ததும் யானையை அதன் போக்கில் விட்டு விடுகிறார்கள். அடுத்த நாள் அந்த யானையைக்

கண்காணித்தாக வேண்டும். சிகிச்சை முடிந்த யானை அங்கிருந்து வேறு இடத்துக்கு இடம் பெயர்ந்திருந்தால் அப்படியே விட்டு விடுவார்கள். மாறாக அதே இடத்தில் வட்டமடித்தால் மீண்டும் சிகிச்சையளிப்பார்கள். தனக்கு ஏதோ நடந்திருக்கிறது என்பதை உணர்கிற யானை காயம்பட்ட காலை தரையில் அழுத்தமாக வைக்காமலே மெதுவாக நகரும். தாய் யானைக்கோ. குட்டி யானைக்கோ சிகிச்சை அளிப்பதில் வேறு விதமான சிக்கல்கள் இருக்கின்றன. இவை இரண்டில் யார் நோய்வாய்ப்பட்டிருந்தாலும் அவ்வளவு எளிதில் பிரித்துவிட முடியாது. கும்கி யானைகளைப் பயன்படுத்தித்தான் சிகிச்சையளிக்க வேண்டும்.

சிகிச்சை முடிந்ததும் யானையை அடையாளம் காண, காலர் பட்டையை அதன் கழுத்தில் கட்டிவிடுவார்கள். பிறகு யானையை அதன் போக்கில் விட்டு விடுகிறார்கள். மோப்ப சக்தி அதிகம் கொண்ட, அவ்வளவு எளிதில் எதையும் மறந்து போகாத உயிரினம் யானை. ஒரு முறை சிகிச்சை பெற்ற யானை, தன்னைச் சுற்றி இருக்கும் மருந்து வாசனையை உள்வாங்கிக் கொள்ளும். அதன்பிறகு காட்டில் எதிர்பாராத விதமாகக் கால்நடை மருத்துவர்களை எங்கேனும் சந்திக்க நேர்ந்தால் விலகிப் போய்விடும்.

எல்லா உயிரினங்களுக்கும் ஏதோ ஒரு விஷயத்தில் பலவீனம் இருக்கும். அப்படி யானைகளின் பலவீனமாக இருப்பது பலாப்பழம். பலாப்பழம் என்றால் யானைகள் எந்த அளவிற்கு வேண்டுமானாலும் ஏறியும் போகும், இறங்கியும் போகும். கூடலூர் மற்றும் கேரளா வனப்பகுதிகளை ஒட்டிய பகுதிகளில் இப்போது பலாப்பழ சீசன் தொடங்கியிருக்கிறது. யானைகள் தோட்டங்களுக்குள் புகுந்து பலாப்பழங்களை சாப்பிட்டுவிடுகின்றன. அப்படி வரும் யானைகளை விரட்ட அப்பகுதி மக்கள் பட்டாசுகள் வெடித்தும், தீயைக் கொளுத்தி

போட்டும் விரட்டிக் கொண்டிருந்தார்கள். அதுவும் யானைகளுக்குப் பழகிவிட்டது. வேறு எப்படி யானைகளை விரட்டுவது என யோசித்த மக்களுக்குக் கிடைத்ததுதான் பன்றிக்காய். இது ஒரு வெடி பொருள் நிரப்பிய ஒரு பந்து போல இருக்கும். அதற்கு அழுத்தம் ஏற்பட்டால் வெடிக்கும்படியாக வடிவமைக்கப்பட்டிருக்கும். பன்றிகளை வேட்டையாடுவதற்கு மட்டுமே இந்தத் தொழில்நுட்பத்தைப் பயன்படுத்தி வந்தார்கள். காட்டுப் பன்றிகள் பன்றிக்காயை கடிக்கும் பொழுது ஏற்படும் அழுத்தத்தால் காய் வெடிக்கும். வாயில் இருக்கும் பொழுது வெடிப்பதால் பன்றியின் தலை சிதறி அதே இடத்தில் இறந்துவிடும். இதுதான் பன்றிக்காயின் நடைமுறை. இந்த நடைமுறையை இப்போது யானைக்குப் பயன்படுத்த ஆரம்பித்திருக்கிறது மனித இனம்.

யானைகள் பொதுவாக எந்தப் பொருளாக, உணவாக இருந்தாலும் முதலில் அதைக் காலில் உருட்டிப் பார்த்தும், முகர்ந்து பார்த்தும், சோதித்த பிறகே உணவாக எடுத்துக் கொள்ளும் பழக்கம் கொண்டது. யானையை அவ்வளவு எளிதில் பன்றிக்காயை பயன்படுத்தி வீழ்த்திவிட முடியாது என்பது மனித இனத்திற்கும் தெரியும். மரத்திலிருந்து பலாப்பழத்தை பிய்த்து எடுக்கிற யானை ஆசை ஆசையாக அதைக் காலில் போட்டு மிதித்து இரண்டாகப் பிளக்கும். அதன் ஒரு பகுதியை அப்படியே எடுத்து வாயில் போட்டுக் கொள்ளும். ‘‘லட்டுல வச்சேன்னு பாத்தியா தாஸு, நட்டுல வச்சேன்’’ என்பது போல பன்றிக்காயை மனிதன் பலாப்பழத்தில் உள்ளே மறைத்து வைத்திருப்பான். அதிக அழுத்தத்துடன் காய் வெடிக்க வாய் மற்றும் தாடை கிழிந்து யானை வலியில் ஓட ஆரம்பிக்கும். வாயில்லாத ஜீவனால் பிளிறவோ, தண்ணீர் அருந்தவோ, உணவு எடுக்கவோ கூட முடியாமல் போய்விடுகிறது.

''பன்றிக்காய் குறித்த எந்த விபரீதமும் அறியாத யானை பன்றிக்காயை கடித்ததும் தாடை, வாய், நாக்கு என ஒட்டுமொத்த அஸ்திவாரமே சிதைந்து போய் விடுகிறது. காயம் ஆறினால் மட்டுமே மேற்கொண்டு தண்ணீரோ, உணவோ எடுத்துக் கொள்ள முடியும். அடுத்த நிமிடம் குறித்த நம்பிக்கை குறைய ஆரம்பிக்கும்பொழுது யானை அடுத்த அடியை எடுத்து வைக்க யோசிக்கும். வலியின் வீரியத்தால் ரத்தம் சொட்டச் சொட்ட யானை வனத்துக்குள் திரிய ஆரம்பிக்கும். காயம்பட்ட முதல் நாள் எப்படியோ சமாளித்துவிடுகிற யானை இரண்டாவது நாளிலிருந்துதான் பிழைத்திருப்பதற்கான போராட்டத்தைத் தொடங்குகிறது'

முதலில் தண்ணீருக்காக ஏங்க ஆரம்பிக்கிறது. தண்ணீர் கண் முன்னே இருந்தாலும் அருந்திவிட முடியாத அளவிற்குக் காயம் ரணமாக மாறிவிடுகிறது. இப்போது பிழைத்திருப்பதற்கு ஏதாவது செய்தாக வேண்டும், ஆனால் யானையால் எதையுமே செய்துவிட முடியாது.

நீலகிரி மாவட்டம் பந்தலூர் அருகே, 2018 ஆம் ஆண்டு மே மாத கடைசியில் ஒரு வயது குட்டியோடு ஒரு யானை சுற்றித் திரிந்தது. கேரளா, தமிழ்நாடு, கர்நாடகா என மூன்று மாநிலங்களின் எல்லைகள் கூடலூரைச் சுற்றி அமைந்திருப்பதால் யானை எங்கிருந்து வந்திருக்கும் என்ற தகவல்கள் இல்லை. அதே வாரம் சேரம்பாடி பகுதியில் நம்பர் 2 என்ற இடத்தில் மூதாட்டி ஒருவர் யானை தாக்கி இறந்திருக்கிறார். மூதாட்டியைக் கொன்றது இந்த யானைதான் என பேச்சுவாக்கில் மக்கள் பேசிக்கொண்டிருந்தனர். காடுகளில் சுற்றித் திரிந்த யானை அதே பகுதியில் இருந்த பலா மரத் தோட்டத்துக்குள் புகுந்து அங்கிருந்த பலாப் பழங்களைப் பல நாட்களாகச் சாப்பிட்டு விட்டுச் செல்வதை பழக்கமாக வைத்திருக்கிறது. குட்டியோடு இருப்பதால் இந்த யானையை மக்கள் எளிதாக அடையாளம் கண்டுகொண்டனர்.

யானைகள் பலாப்பழங்களை மரத்திலிருந்து பிடுங்கி எடுத்து உண்பதை எங்காவது பார்த்திருக்கிறீர்களா? யானைக்கு எட்டாத உயரத்தில் இருக்கும் பலாப்பழத்தை ஓரிரு நிமிடங்கள் பார்க்கிற யானை அதைப் பறிப்பதற்கு தன்னுடைய முன் இரு கால்களையும் தூக்கி மரத்தில் வைத்து பின்னர் தும்பிக்கை உதவியுடன் பிடுங்கி எடுக்கும். பின்னர் காலில் போட்டோ அல்லது தும்பிக்கையால் பிளந்தோ சாப்பிட்டுவிட்டுப் போகும். அதனுடைய கழிவுகளில் கிளறிப் பார்த்தால் பலாப் பழத்தின் கொட்டைகள் எந்தச் சேதாரமுமின்றி இருக்கும். பல முறை பார்த்திருக்கிறேன்.

பலாப்பழ மரங்கள் இருக்கும் பகுதியில் சுற்றித் திரிகிற யானை சில நாள்களுக்கு அதைச் சுற்றியே திரியும். அப்படித்தான் குட்டி யானையுடன் தாய் யானை சுற்றித் திரிந்தது. ஜூன் மாதம் முதல் வாரத்தில் குட்டியோடு அங்கிருந்த பலா மரத் தோட்டத்துக்குள் புகுந்த யானை அங்கிருந்த பலாப்பழங்களைச் சாப்பிட்டிருக்கிறது. பலாப்பழங்களை யானை சாப்பிடுவதைத் தவிர்க்க யாரோ பலாப்பழத்துக்குள் பன்றிக்காயை வைத்திருக்கிறார்கள். பழத்துக்குள் மறைத்து வைத்திருந்ததால் யானையால் எளிதில் கண்டுபிடிக்க முடியாது. பலா வாசனையில் வேறு எந்த வாசனையையும் யானையால் உணர முடியாமல் போகிறது. சில நிமிடங்களில் பன்றிக்காய் வாயில் இருக்கும் பொழுதே வெடித்து விடுகிறது. வாய் பகுதி கிழிந்து பெரிய காயமாக மாறியது. குட்டி யானைக்கு என்ன நடந்தது என்பதே தெரியாது என்பதால் குட்டி யானை தாய் யானையைப் பின் தொடர்ந்தே சென்றிருக்கிறது. முதல் நாள் எப்படியோ சமாளித்துக் கொண்ட யானை அடுத்தடுத்த நாட்களைச் சமாளிக்க முடியாமல் திணற ஆரம்பித்தது. ஒரு கட்டத்தில் இனி பிழைக்க முடியாது என உணர்ந்த யானை குட்டியானையை எங்கோ பாதுகாப்பாய் விட்டுவிட்டுத் தனியாக பிரிந்து வருகிறது.

மூன்று நாள்களுக்கும் மேலாக உணவில்லாமல், தண்ணீர் அருந்த முடியாமல் திரிந்த யானை பந்தலூரை அடுத்த படச்சேரி பகுதியில் இருக்கிற குடியிருப்புப் பகுதிக்குள் வருகிறது. உடல்மெலிந்து, யானை என்கிற அடையாளத்தைத் தொலைத்து பாதி உயிரை எப்படியோ கையில் பிடித்துக்கொண்டு நடந்து வந்த யானை ஒரு கட்டத்தில் நடக்க முடியாமல் ஒரு சுவரில் மோதி கீழே விழுகிறது. யானை விழுந்தவுடன்தான் யானைக்குக் காயம் இருப்பதே மக்களுக்குத் தெரிய வருகிறது. உடனே வனத்துறைக்குத் தகவல் கொடுக்கிறார்கள். முதுமலையில் வனக் கால்நடை மருத்துவர்கள் யாருமே இப்போது பணியில் இல்லை. அதனால் வனத்துறை அதிகாரிகள் கூடலூரில் இருந்த கால்நடை மருத்துவரை அழைத்துக்கொண்டு சம்பவ இடத்துக்கு வருகிறார்கள். கால்நடை மருத்துவருக்கும், வனக் கால்நடை மருத்துவருக்கும் வேறுபாடுகள் இருக்கின்றன. கால்நடை மருத்துவர் ஆடு, மாடு, நாய் என வளர்ப்புப் பிராணிகளுக்கு சிகிச்சையளிப்பதில் அனுபவம் கொண்டவர். ஆனால், வனக் கால்நடை மருத்துவர் என்பவர் வன விலங்குகள் மட்டுமல்லாது எல்லா விலங்குகளுக்கும் சிகிச்சையளிப்பதில் அனுபவம் கொண்டவர். யானைகளுக்கு மருத்துவம் பார்க்கும் அளவுக்கு முதுமலையில் அப்போது அனுபவம் உள்ள வனக் கால்நடை மருத்துவர்கள் யாரும் இல்லை. உண்மையைச் சொல்ல வேண்டுமானால் முதுமலை வளர்ப்பு யானைகள் முகாமே பல மாதங்களாக வனக் கால்நடை மருத்துவர் இல்லாமல்தான் செயல்பட்டுக்கொண்டிருந்தது.

யானையின் தாடை, வாய், நாக்கு என எல்லாமே சிதைந்திருப்பதைப் பார்க்கிற கால்நடை மருத்துவர், யானைக்கு முதலுதவியைச் செய்ய ஆரம்பிக்கிறார். யானைக்கு குளுக்கோஸ் ஏற்றப்படுகிறது. யானை எழுந்திருக்கவே முடியாமல் உயிருக்குப் போராடுகிறது. யானை அழுதிருப்பதை அதன் முகத்திலிருக்கும்

கண்ணீர் தடங்கள் காட்டிக் கொடுக்கிறது. யானைக்கு வேறு எங்கும் காயங்கள் இருக்கிறதா எனக் கால்நடை மருத்துவர் சோதனை செய்கிறார். இதற்கு முன்பு இப்படியான காயங்களுடன் யானையைப் பார்த்ததில்லை என்பதால், எப்படி காயம் ஏற்பட்டது எனக் குழம்பிப் போகிறார். யானையின் உடலில் தும்பிக்கையைத் தவிர வேறு எந்த இடத்திலும் அசைவே இன்றி கிடந்தது. அடிபட்டுக் காயத்தோடு கிடப்பது குட்டியோடு இருந்த யானை என்பதை இதற்கு முன்பு யானையைப் பார்த்த எல்லோருமே வனத்துறையிடம் தெரிவிக்கிறார்கள். குட்டி யானை எங்கே போனது என்ன ஆனது என்கிற விஷயம் யாருக்கும் தெரியாமல் போகிறது. ஊரில் இருப்பவர்கள் ‘‘இறந்து போவதை முன் கூட்டியே அறிந்த தாய் யானை, குட்டி யானையைப் பாதுகாப்பாக வேறொரு யானைக் கூட்டத்தில் சேர்த்துவிட்டு தனியாக வந்திருக்கிறது‘‘ எனப் பேச ஆரம்பிக்கிறார்கள்.

யானை விழுந்துக் கிடப்பதைப் பார்க்க மக்கள் கூடிவிட்டதால் யானையை அங்கிருந்து மக்கள் நடமாட்டமில்லாத எலியாஸ் கடை என்னும் இடத்துக்குக் கொண்டு சென்று சிகிச்சையளிப்பது எனக் கால்நடை மருத்துவர் முடிவு செய்கிறார். ஜே.சி.பி இயந்திரம் வரவழைக்கப்பட்டு யானையைத் தூக்க முயற்சி செய்கிறார்கள். யானையின் உடல் முழுவதும் பெல்ட்டால் கட்டி அதைத் தூக்கி நிறுத்தினார்கள். மூன்று நாள்களுக்கும் மேலாகக் காயத்துடன் சரியான உணவில்லாமல் இருந்த யானை நிற்க முடியாமல் தடுமாறுகிறது. உடல் முழுக்க பட்டைகளால் கட்டித் தூக்கி நிறுத்தப்பட்டிருந்த யானையைப் பார்க்கிறவர்கள் அந்தக் காட்சியை அவ்வளவு எளிதில் கடந்துவிட முடியாது. அதன் கடைசி நிமிடங்களைப் பார்க்கிறவர்கள் அந்நிலையை எண்ணி கண்ணீர் சிந்துகிறார்கள். பலகட்டப் போராட்டங்களுக்குப் பிறகு ஜே.சி.பி உதவியுடன் யானையை

லாரியில் ஏற்றுகிறார்கள். யானை பொதுவாக பிழைத்துக்கொள்வோம் என நினைத்தால் அதற்கு மனிதர்களின் உதவி இருந்தால் போதும். அதுவாகவே எழுந்துகொள்ளும். இனி பிழைக்கமாட்டோம் என நினைத்து விழுகிற யானையை எவ்வளவு முயன்றாலும் நிற்க வைத்துவிட முடியாது. லாரியில் ஏற்றி எலியாஸ் கடையை ஒட்டியுள்ள வனப்பகுதிக்குக் கொண்டு செல்லும் வழியிலேயே யானை இறந்துவிடுகிறது. லாரியில் இருந்து இறக்கி வைக்கப்பட்ட யானைக்கு அதே இடத்தில் பிரேதப் பரிசோதனை செய்கிறார்கள். எல்லாம் முடிந்து இறந்த தாய் யானையை அங்கேயே புதைத்துவிட்டு செல்கிறார்கள். யானை இறப்புக்கான காரணத்தை பிரேதப் பரிசோதனை அறிக்கை வந்தால் மட்டுமே கூற முடியும் எனக் கூறிவிட்டு எல்லோரும் அங்கிருந்து கிளம்பிவிடுகிறார்கள்.

யானைகளுக்காகப் போராடிய இனம் இப்போது யானைகளோடு போராடிக் கொண்டிருக்கிறது. இதில் யார் வெற்றி பெறுவார்கள் என்பதைவிட யார் அழிந்து போவார்கள் என்பதே இப்போதைக்குக் கேள்வியாய் நிற்கிறது. மனிதன் மற்ற உயிரினங்களைக் கொல்வதற்கு அவற்றின் பசியையே இப்போது வரை மூலதனமாகப் பயன்படுத்திக் கொண்டிருக்கிறான். எலியின் பசிக்கு எலிப்பொறி, பன்றிக்குச் சுருக்கு, மீனுக்குத் தூண்டில் என ஆசையைத் தூண்டி, உயிர்களைக் கொல்வதெல்லாம் மனிதனுக்கு கை வந்தக் கலை. அதிலும் பன்றிக்காய் பயன்படுத்தி பசியோடு இருக்கிற யானையை அணு அணுவாகக் கொல்வதெல்லாம் இப்போதுதான் பழக்கத்துக்கு வந்திருக்கிறது.

கூடலூர் தாய் யானையின் இறப்பு, அதோடு நின்றுவிடவில்லை, தாய் யானை இறந்த அடுத்த நாள் அதே பகுதியில் குட்டி யானை ஒன்று இறந்து கிடப்பதாக உள்ளூர் மக்கள் வனத்துறைக்கு தகவல் கொடுக்கிறார்கள்.

ஒவ்வொரு உயிரும் தன்னுடைய அடுத்த தலைமுறையை உருவாக்குவதிலும், அதைப் பாதுகாப்பதிலும் அக்கறை செலுத்தும். அப்படித்தான் யானைகளும். தன் இனத்தைப் பெருக்குவதிலும் அவற்றை வழிநடத்துவதிலும் மிகுந்த அக்கறை செலுத்துகின்றன. யானைகளில் பெண் யானைகளே குடும்பத்தை வழிநடத்துகின்றன. யானையே ஆனாலும் அதுவும் ஒரு தாய் என்பதை மறந்த மனித இனம் அதற்குப் பரிசாக அளித்ததுதான் பன்றிக்காய்.

தாய் யானை இறந்த அடுத்த நாள் ஜூன் மாதம் 5-ம் தேதி சேரம்பாடி வனச்சரகப் பகுதியில் குட்டியானை ஒன்று இறந்து கிடப்பதாக வனத்துறைக்குத் தகவல் கொடுக்கப்பட்டது. ஏற்கனவே தாய் யானை இறந்திருக்கிற நேரத்தில் மேலும் ஒரு குட்டி யானை இறந்த தகவல் கிடைத்ததும் வனத்துறை அதிகாரிகள் பதறுகிறார்கள். உள்ளூர் கால்நடை மருத்துவரை அழைத்துக் கொண்டு சம்பவ இடத்திற்குச் செல்கின்றனர். இறந்து இரண்டு நாட்களுக்கு மேலான நிலையில் குட்டி யானையின் உடல் உருமாறிக் கிடந்திருக்கிறது. குட்டி யானையின் உடலில் பல இடங்களில் காயங்கள் இருப்பது தெரிய வருகிறது. சிறுத்தை தாக்கியிருக்கலாம் எனக் கால்நடை மருத்துவர் வனத்துறையிடம் தெரிவிக்கிறார். குழுமியிருந்த மக்கள் நேற்று இறந்து போன யானையின் குட்டி எனச் சொல்கிறார்கள். மருத்துவரும், வனத்துறையினரும் ''இருக்கலாம்'' எனச் சொல்லிவிட்டு அதே இடத்தில் பிரேத பரிசோதனை செய்து புதைத்துவிட்டுச் செல்கிறார்கள். உண்மையில் இறந்தது ஏற்கனவே இறந்த தாய் யானையின் குட்டியாக இருந்திருக்க வாய்ப்பிருக்கிறது. ஏனெனில் வனப்பகுதியில் சுற்றித் திரிந்த தாய் யானை ஏற்கனவே தன்னுடைய முழு பலத்தையும் இழந்துவிட்டது. அப்படியான நேரத்தில் சிறுத்தையை எதிர் கொண்டிருக்கலாம். சிறுத்தையை எதிர்க்கவோ, அதனிடமிருந்து குட்டியைக் காப்பாற்றவோ முடியாமல் போயிருக்கலாம். ஏற்கனவே

உடல் வலிமையை இழந்து உருவம் தொலைத்திருந்த தாய் யானை, குட்டி யானை இறந்ததும் தன்னுடைய மொத்த மன வலிமையையும் இழந்துவிடுகிறது. அதன் பிறகே ஊருக்குள் வந்து இறந்து போனது. இப்படித்தான் பன்றிக்காய் தன்னுடைய இரண்டாவது உயிரையும் காவு வாங்கியது. எங்கே தவறு நடந்தது, பன்றிக்காயை யார் பயன்படுத்தியது என்கிற எந்தத் தகவலும் தெரியவில்லை.

யானைக்கு எதிரான பன்றிக்காய் யுத்தம் அதோடு முடிந்து விடவில்லை. அதே மாதத்தில் பன்றிக்காயின் மரண வலையில் இன்னொரு யானையும் சிக்கியது. 2018 ஆம் ஆண்டு ஜூன் மாதம் 12-ம் தேதி காலை 6 மணியளவில் கூடலூர் தாலுகா சேரம்பாடி கண்ணம்பாடி பகுதியில் யானை ஒன்று தேயிலைத் தோட்டத்தில் விழுந்து கிடந்தது. இந்த யானைக்கும் வாயில் காயம். அந்தத் தகவலை ஊர் மக்கள் சேரம்பாடி ரேஞ்சர் மனோகரனிடம் தெரியப்படுத்துகிறார்கள். மனோகரன், கூடலூர் வன அதிகாரி மற்றும் முதுமலை கள இயக்குநர் என எல்லோருக்கும் தெரியப்படுத்துகிறார். மழை நேரம் என்பதால் மழையில் நனைந்தபடி யானை உயிருக்குப் போராடியது. ஆனாலும் அன்றைய தினம் காலை 11 மணி வரை எந்த மருத்துவரும் சம்பவ இடத்திற்கு வரவில்லை எனச் சொல்லப்படுகிறது. பதினோரு மணிக்கு மேல் சேரம்பாடி பகுதியை சேர்ந்த கால்நடை மருத்துவர் திரு. பிரபு என்பவர் சம்பவ இடத்திற்கு வந்து யானைக்கு சிகிச்சையளிக்கிறார். முதுமலையில் வனக் கால்நடை மருத்துவர்கள் இல்லையென்பதால் பக்கத்திலிருக்கிற கேரளா மாநிலம் முத்தங்கா வன உயிரின சரணாலத்திலிருந்து இரண்டு மருத்துவர்கள் வந்து யானைக்கு சிகிச்சையளித்திருக்கிறார்கள். யானையின் தாடை, வாய், நாக்கு என எல்லா பாகங்களும் சிதைந்திருப்பதைப் பார்க்கிற கேரளாவைச் சார்ந்த மருத்துவர்கள் யானைக்கு முதலில் குளுக்கோஸ் கொடுத்திருக்கிறார்கள். யானை மேற்கொண்டு எழுத்தால் மட்டுமே

மற்ற சிகிச்சையளிக்க முடியும் எனச் சொல்கிற கேரள மருத்துவர்கள் பிற்பகல் 2 மணிக்கு அங்கிருந்து கிளம்பிவிடுகிறார்கள். மற்ற உதவிகளை உள்ளூர் கால்நடை மருத்துவர்கள் கவனித்திருக்கிறார்கள். ஆனாலும் யானைக்கு சிகிச்சையளிக்கிற அனுபவம் வாய்ந்த எந்த வனக் கால்நடை மருத்துவரும் சம்பவ இடத்திற்கு வரவில்லை.

முதுமலையில் தனியாக கால்நடை மருத்துவர் இல்லாத காரணத்தால், முதுமலையைச் சுற்றியுள்ள பகுதிகளிலுள்ள விலங்குகளுக்கு ஏதேனும் நோய்வாய்ப்பட்டால் கோவையிலுள்ள வனக் கால்நடை மருத்துவர் மனோகரனை வரவழைத்து சிகிச்சையளிக்கப்படும். மனோகரன் இதற்கு முன்னரே முதுமலையில் பணியாற்றியவர். முதுமலை பகுதியில் யானைகளுக்கு சிகிச்சையளிக்கிற அனுபவம் கொண்டவர் திரு. மனோகரன் மட்டுமே. மனோகரனின் அலுவலகம் கோவையில் இருக்கிறது. கோவையிலிருந்து 133 கிலோ மீட்டர் தொலைவில் முதுமலை இருக்கிறது. மனோகரன் முதுமலைக்குச் செல்ல வேண்டுமானால் குறைந்தபட்சம் நான்கில் இருந்து ஐந்து மணி நேரம் ஆகும். 12-ம் தேதியே தகவல் தெரிவிக்கப்பட்டுள்ளது. ஆனால் மனோகரனால் அன்று கூடலூருக்கு செல்ல முடியவில்லை. ஏனெனில் மனோகரன் நீலகிரி, ஆனைமலை, சாடிவயல் யானைகள் முகாம் என மூன்றையுமே கவனித்து வந்தார். வேலைப் பளு காரணமாக மனோகரனால் உடனடியாக கூடலூருக்கு செல்ல முடியவில்லை. வனம், விலங்குகள் குறித்து தமிழக அரசு அக்கறை எடுத்து கொண்டதாக தெரியவில்லை. அப்படி அக்கறை எடுத்திருந்தால் மேற்கு தொடர்ச்சி மலையின் யானைகள் வசிக்கிற மூன்று முக்கிய பகுதிகளுக்கு ஒரே ஒரு வனக் கால்நடை மருத்துவரை நியமித்திருக்காது.

இந்த நேரத்தில் நீலகிரி மாவட்ட கால்நடை மருத்துவர்கள் குழு தொடர்ந்து யானைக்கு சிகிச்சையளிக்கிறார்கள். இதற்கு முன்பு இறந்த

யானையைப் போலவே இந்த யானையின் தாடை, வாய், நாக்கு என பெரும்பாலான பகுதிகள் சிதைந்திருந்தது. அதற்குள் முதுமலை யானைகள் முகாமில் இருக்கிற அனுபவம் வாய்ந்த கிருமாறன் சம்பவ இடத்திற்கு வந்து சேருகிறார். மருத்துவர்களோடு சேர்ந்து யானையை எப்படி எழுப்பி நிற்க வைப்பது என ஆலோசிக்கிறார்கள். கும்கி யானையை வைத்து யானையைத் தூக்கி நிறுத்த முடியுமா என ஆலோசிக்கிறார்கள். அதற்கு அடிபட்டிருக்கிற யானை ஒத்துழைக்க வேண்டும், ஆனால் அந்த நிலையில் யானை இல்லை என்பதை உணர்ந்த மருத்துவக் குழு யானைக்கு வேண்டிய முதலுதவியைச் செய்கிறார்கள். அன்றைய தினம் தார்ப்பாய் கொண்டு யானைக்குக் கூரை அமைத்து மழையிலிருந்து யானையை வனத்துறை காப்பாற்றுகிறது. ஆனாலும் யானையின் உடல்நிலையில் எந்த மாற்றமும் நிகழவில்லை. வனத்துறையும், மருத்துவர் குழுவும் யானையின் உடல்நிலையைக் கவனித்து கொண்டேயிருக்கிறார்கள். எந்த முன்னேற்றமும் இல்லையென்பதால் டென்ட் அமைத்து அதே இடத்தில் தங்குகிறார்கள். அடுத்த நாளும் யானைக்குச் சிகிச்சை தொடர்ந்து நடக்கிறது. ஆனால் யானையின் உடல் எதற்கும் அசைந்து கொடுக்கவில்லை. அன்றைய தினம் காலை, வனக் கால்நடை மருத்துவர் மனோகரன் கூடலூருக்கு கிளம்பிச் செல்கிறார். மனோகரன் சம்பவ இடத்திற்குச் சென்ற பத்து நிமிடங்களுக்கு முன்பாகவே யானை இறந்து விடுகிறது. யானை இறப்பிற்கான காரணம் இந்த முறையும் மருத்துவர்களால் உறுதியாகச் சொல்லமுடியவில்லை. பிரேதபரிசோதனையின் அறிக்கை கிடைத்தால் மட்டுமே சரியான காரணத்தைக் கண்டறிய முடியும் எனத் தெரிவித்தார். அதே இடத்தில் பிரேத பரிசோதனை நடத்தி யானையைப் புதைத்துவிட்டு எல்லோரும் சென்று விடுகிறார்கள். கடந்த ஜூன் மாதத்தில் மட்டும் பன்றிக்காய் பாதிப்பால் இறந்து போன 3 யானைகளின் பட்டியலில் இந்த யானையும் சேர்ந்தது.

ஜார்ஜ் அந்தோணி சாமி

உள்ளூர் மக்கள் யானையின் இறப்பிற்கு பன்றிக்காய்தான் காரணமெனச் சொல்கிறார்கள். யானை, பன்றிக்காய் மறைத்து வைக்கப்பட்டிருந்த பலாப்பழத்தை எந்தத் தோட்டத்தில் வைத்துக் கடித்தது என்பதைக் கண்டறிந்தால் மட்டுமே காரணமானவர்ளைக் கண்டறியமுடியும். அது அவ்வளவு சாதாரணமான வேலை இல்லை என்பதை வனத்துறை அறிந்திருந்தது. யானை விழுந்துக் கிடந்த இடத்தை வைத்து மட்டுமே யார் வைத்தது என்பதைக் கண்டுபிடிக்க முடியாது. வேறு எங்கோ பாதிக்கப்பட்ட யானை நடக்க முடியாது என்கிற நிலையில்தான் வேறு இடத்தில் வந்து விழுந்து விடுகிறது. 2020 ஆம் ஆண்டு ஆகஸ்ட் மாதம் 14-ம் தேதி அன்று வாயில் காயத்துடன் மக்னா யானை ஒன்று மருதமலை அடிவாரத்தில் சுற்றி வருவதை வனத்துறையினர் கண்டறிந்தனர். அதற்குள் மக்னா யானை தடாகம் வழியாக கேரளா மாநிலத்திற்குள் சென்றது தெரியவந்தது. அதே மாதம் 22-ம் தேதி கேரளா வனத்துறையினர் மயக்க ஊசி மூலம் மக்னா யானையை பிடித்து சிகிச்சை கொடுக்க முயன்றனர். சோதிக்கும் போதுதான் யானையின் நாக்கு துண்டாகி, வாய் முழுவதும் காயம் இருப்பது தெரிய வந்தது. நாக்கு துண்டாகி யானையின் உடல்நிலை மோசமானதால் இனி யானையை காப்பாற்ற முடியாது என மருத்துவமும் கை விட்டது. ஆனாலும் தொடர்ந்து சிகிச்சை அளித்து இரு மாநில வனத்துறையும் யானையை கண்காணித்து வந்தனர். ஆனால் நாக்கு துண்டானதால் உணவு உட்கொள்ள முடியாத மக்னா யானை செப்டம்பர் மாதம் 9-ம் தேதி கேரளா மாநிலம் சோலையூரில் சாலையில் படுத்தவாறே இறந்து போய் இருந்தது.

கடந்த மூன்று வருடங்களில் யானைகள் சந்தித்த துயரங்களை எல்லாம் புகைப்படங்களாக பார்த்து கொண்டிருந்தேன். ரெயிலில் அடிபட்டு துள்ள துடிக்க தண்டவாளத்தின் ஓரத்தில் கிடக்கிற யானை எழுந்திருக்க எவ்வளவோ முயற்சிக்கிறது, ஆழ் மனசு அதை பார்க்க

பொறுக்காமல் அடேய் அதை அங்கயே கொன்னுருங்கடா என்கிறது. ரத்தம் சொட்ட சொட்ட ஒரு துயரம் அது. கூடலூரில் யானை குப்பையை கிளறி உண்ட புகைப்படம். குட்டியோடு இருக்கிற யானையின் வாலில் தீயை கொளுத்தி காட்டுக்குள் விரட்டுகிற புகைப்படம். மின்சாரம் தாக்கி இறந்து போன யானையின் புகைப்படம். யானையை கொன்று மண்ணுக்குள் புதைத்த புகைப்படம். பலா பழத்தில் பன்றிக் காய் வெடித்து இறந்து போன யானையின் படம். யானையின் உடலில் எரிகிற டயர் வீசிய புகைப்படம் என, யானைகள் குறித்த எந்த செய்தியும் கடந்த பத்து ஆண்டுகளில் பாசிடிவாகவே இல்லை. ‘உனக்கெல்லாம் நல்ல சாவே வராது‘ என்று சொல்வார்களே, நான் பார்த்த அத்தனை யானைக்கும் அத்தகைய சாவுதான். கும்கிகளின் கதையை பாசிடிவாக முடிக்க வேண்டும் என்பதுதான் யானைகளுக்கு கொடுக்கிற மரியாதையாக இருக்கும். ஆனால் தரவுகள் அப்படி இல்லை என்பதுதான் உண்மை. நேர்மறையாக சொல்ல வேண்டுமானால் கும்கியாக மாறுகிற யானைகளே தப்பிப் பிழைக்கின்றன...

பொம்மராயன்